ടി. വി. സജിത്

കണ്ണൂർ ജില്ലയിലെ പെരിങ്ങോം വില്ലേജിൽ കരിപ്പോട് സ്വദേശി. ലക്ഷ്മണൻ - സരസ്വതി ദമ്പതിമാരുടെ മൂത്തമകൻ. 1981 ഫെബ്രുവരി 16 ന് ജനനം. ബി.സി.എ ബിരുദധാരി. സ്റ്റാർ ഇന്ത്യയുടെ കീഴിൽ ഏഷ്യാനെറ്റിൽ 2007 മുതൽ പരസ്യവിഭാഗത്തിൽ ജോലി. ഫിലിം - ഡോക്യുമെന്ററി രംഗത്ത് കഥ - തിരക്കഥ, സംവിധാനം, ചിത്രസംയോജനം എന്നീ മേഖലകളിൽ ശ്രദ്ധചെലുത്തുന്നു. 'കർത്തവ്യം മീഡിയ' എന്ന യൂട്യൂബ് ചാനലിലൂടെ വ്ളോഗിംങ്ങും ചെയ്യുന്നു.

പുരസ്കാരങ്ങൾ

പ്രഥമ ചെറുകഥാസമാഹാരം 'ഭൂമി പിളരുംപോലെ'യ്ക്ക് 2021 ലെ കുഞ്ചൻനമ്പ്യാർ കഥാപുരസ്ക്കാരവും, 2022 ലെ വിംഗ്സ് പബ്ലിക്കേഷൻ - ഗോൾഡൺ ബുക്ക് പുരസ്കാരവും ലഭിച്ചിട്ടുണ്ട്. ഉക്യോട്ടോ പബ്ലിഷേർസ് മികച്ച 30 ബുക്കുകളിൽ ഒന്നായി തിരഞ്ഞെടുക്കപ്പെട്ടിട്ടുണ്ട്. ലോഹിതദാസ്ഷോർട്ട്ഫിലിം മത്സരത്തിൽ 'ഇൻ 360 ഡിഗ്രി' എന്ന തിരക്കഥക്ക് പുരസ്കാരം ലഭിച്ചിട്ടുണ്ട്.

ഭാര്യ : വിനീത
മകൾ : ശിവാനി
സഹോദരൻ : ജിഷ്ണു

വിലാസം : ടി.വി. സജിത്, കരിപ്പോട്, ഞെക്ലി-പി.ഒ,
പയ്യന്നൂർ-വഴി, കണ്ണൂർ-670 353
മൊബൈൽ : 0091 9847030405
ഇ-മെയിൽ : tvsajith@gmail.com
www.facebook.com/tvsajit

Malayalam Language
Bhoopi in Ivani Island
(Children's Literature)
by
T. V. Sajith

♦

Published in August 2023
by Kairali Books Private Limited
Thalikkavu Road, Kannur.
Ph : 0497-2761200
Email : kairalibooksknr@gmail.com

♦

Illustrations
Sumesh Kamballur

♦

Cover Design
P. P. Binu Kumar

Price ₹ : 140.00
42/23-24/Sl.No.1467/500/NS 18.6
ISBN 978-93-5913-441-3

ഭൂപി
In Ivani Island

ടി. വി. സജിത്

കൈരളി ബുക്സ്

സമർപ്പണം

ഭൂപിയുടെ ചിന്തുകൾ എന്റെ മനസ്സിൽനിന്നും
ആദ്യമായി ഞാൻ പകർത്തിനൽകിയ മകൾ ശിവാനിക്കും,
ഈ ഭൂമിയിലുള്ള എല്ലാ കുഞ്ഞുങ്ങൾക്കും,
അവരെ സ്നേഹിക്കുന്ന പ്രിയപ്പെട്ടവർക്കും...

എന്നിലെ ഞാൻ

അമ്മയായിരുന്നു കുഞ്ഞുനാളിൽ ജീവിതാനുഭവങ്ങൾ പകർന്നുതന്നത്. ഇളയ സഹോദരൻ ജനിക്കുന്നതുവരെയുള്ള 10 വർഷക്കാലയളവിൽ അമ്മയിൽ നിന്ന് കേട്ടറിഞ്ഞ അനുഭവകഥകൾ ആയിരുന്നു എനിക്ക് അറിവിന്റെ ഉണർവായത്. വായിച്ചും വാമൊഴിയായും കിട്ടിയ പുരാണകഥകളെക്കാൾ, അമ്മ കണ്ടും കേട്ടും അറിഞ്ഞ ജീവിതകഥകളായിരുന്നു അതിലേറെയും. ബാല്യത്തിൽ അമ്മ പകർന്നുതന്ന മനുഷ്യപ്പറ്റുള്ള കഥകളും ജീവിതനേർക്കാഴ്ചകൾ അനുഭവവേദ്യമാക്കുന്ന നാട്ടിൻപുറനന്മകളുടെ കഥകളും വലിയപാഠങ്ങളായി ഗൃഹാതുരമായ ഓർമ്മകളുണർത്തി എന്റെ പിന്നീടുള്ള ജീവിതവഴികളിൽ പിന്തുടർന്നുകൊണ്ടേയിരുന്നു. അതുകൊണ്ടുതന്നെയായിരിക്കാം ജീവിതകഥകളും ആത്മകഥകളും വായിക്കാനും അറിയാനും എനിക്ക് അധികതാൽപര്യവും സന്തോഷവും ഉണ്ടായത്. സ്വന്തമായൊരു ശൈലി രൂപപ്പെടുത്താനും, എന്റെ ആദ്യകഥാസമാഹാരമായ 'ഭൂമി പിളരും പോലെ'യിൽ അത് പ്രതിഫലിപ്പിക്കാനും കഴിഞ്ഞതിൽ ചാരിതാർത്ഥ്യമുണ്ട്.

1980–90 കാലഘട്ടത്തിലായിരുന്നു എന്റെ സ്കൂൾ വിദ്യാഭ്യാസം. എല്ലാവരെയുംപോലെ അക്കാലത്ത് ബാലരമ, ബാലമംഗളം, പൂമ്പാറ്റ, തത്തമ്മ തുടങ്ങിയ പ്രസിദ്ധീകരണങ്ങൾ എന്റെ വായനയും ഭാവനയും പരിപോഷിപ്പിച്ചുകൊണ്ടിരുന്നു. വീട്ടിൽ വരുത്തിയിരുന്ന മനോരമ, മംഗളം തുടങ്ങിയ ആഴ്ചപ്പതിപ്പുകളിലെ ബാറ്റൺബോസ്, എൻ.കെ ശശിധരൻ, മെഴുവേലി ബാബുജി എന്നിവരുടെ നോവലുകളിലൂടെയായി പിന്നീടുള്ള സഞ്ചാരം. ഈ മൂന്നുപേരായിരുന്നു അന്നത്തെ എന്റെ പ്രിയ എഴുത്തുകാർ. അവരുടെ എഴുത്തുകളുടെ വായന, കുട്ടിത്തത്തിൽ നിന്നും മുതിർന്നവനിലേക്കും എഴുത്തുകാരനിലേക്കും എന്നെ വളർത്തിയെന്നു പറയാം. സ്കൂൾ പഠനം അവസാനിച്ചതോടെ വായന തൽക്കാലത്തേക്ക് നിന്നുപോയി.

നാടുവിട്ടുള്ള ജീവിതതത്രപ്പാടിനിടയിൽ 1996 മുതൽ 2005 വരെയുള്ള കാലയളവിൽ വായന തീരെ ഉണ്ടായില്ല. നാളതുവരെ എഴുതിയിട്ടും ഇല്ല. പിന്നീടിങ്ങോട്ടുള്ള ഒറ്റപ്പെട്ട യാത്രയിലെ കല്ലും മുള്ളും നി

റഞ്ഞ ജീവിതാനുഭവപാഠങ്ങളുടെ നേർവായനക്കിടയിൽ ആകെ എഴുതപ്പെട്ട 15 ചെറുകഥകൾ ചേർത്ത സമാഹാരമാണ് 2021 ൽ 'ഭൂമി പിളരുംപോലെ' എന്നപേരിൽ കൈരളി ബുക്സ് പ്രസിദ്ധീകരിച്ചത്.

ലോക്ഡൗൺ കാലത്ത് പ്രകാശിതമായ ആദ്യപുസ്തകം വായനക്കാർ ഇരുകൈയും നീട്ടി സ്വീകരിച്ചത് സ്നേഹത്തോടെ ഇവിടെ ഓർക്കുന്നു. നിരൂപണങ്ങളും പ്രശംസകളും ഉൾപ്പെടെ നൂറിലധികം വായനക്കുറിപ്പുകൾ ലഭിച്ച സമാഹാരത്തിന്റെ നാല് പതിപ്പുകളും അതേവർഷം വായനക്കാരിലേക്കെത്തുകയുണ്ടായി. നാല് അംഗീകാരങ്ങൾ ലഭിച്ചതിന്റെ ധൈര്യത്തിലും ആത്മവിശ്വാസത്തിലും എഴുതിയ 'മെൻസസ് ഡേ' എന്ന കഥ ആദ്യമായി ഒരു മത്സരത്തിന് അയക്കുകയും ആയതിന് പുരസ്കാരം ലഭിക്കുകയും ചെയ്തു. ആ കഥ 'സ്ത്രീശബ്ദ'ത്തിൽ പ്രസിദ്ധീകരിച്ചു. പിന്നീട് രണ്ടുമൂന്നു കഥകളും ആനുകാലികങ്ങളിൽ പ്രസിദ്ധീകരിക്കുകയുണ്ടായി. 2022 ജനുവരി വരെ എഴുതിയ കുറച്ച് കഥകൾ മത്സരങ്ങൾക്കും പ്രസിദ്ധീകരണത്തിനുമായി സൂക്ഷിച്ചിരിക്കുകയാണ്.

തികച്ചും യാദൃച്ഛികമായി, എന്റെ മകൾ ശിവാനി നിമിത്തം എഴുതപ്പെട്ട നോവലാണ് 'ഭൂപി'. ഈ നോവലെഴുത്തിൽ എന്റെ പ്രചോദനവും മകൾ തന്നെ. ഒരു വർഷത്തെ കാത്തിരിപ്പിനൊടുവിലാണ് ഈയൊരു രൂപത്തിൽ ഭൂപി നിങ്ങളിലേക്ക് എത്തുന്നത്.

പ്രായപൂർത്തിയായവരുടെ ചിന്താഗതിയായിരിക്കില്ല കുട്ടികൾക്കുള്ളത്. ആകാംക്ഷയും, ചോദ്യങ്ങളും, ഉത്തരങ്ങളും ഊഹങ്ങളുമായി കുഞ്ഞുമനസ്സുകളിൽ വാക്കുകളും കഥയും പതിപ്പിക്കുക എന്നത് ശ്രമകരം തന്നെയാണ്. എന്റെ മകളുടെയും, അവളുടെ കൂട്ടുകാരികളുടെയും, മാതാപിതാക്കളായ എന്റെ സഹപ്രവർത്തകരുടെയും വായനാനുഭവത്തിന്റെ വെളിച്ചത്തിൽ, നല്ല അഭിപ്രായങ്ങളുടെ കരുത്തിൽ, കൂട്ടുകാരനും ബന്ധുവുമായ സുമേഷ് കമ്പല്ലൂരിന്റെ ചിത്രങ്ങളും, സഹപ്രവർത്തകനായ പി.പി ബിനുകുമാറിന്റെ കവർചിത്രവും ചേർത്ത് കുഞ്ഞുമനസ്സുകളിൽ ഇടംപിടിക്കാനായി ഭൂപിയുടെ കഥ ആസ്വാദ്യവായനയ്ക്ക് പ്രിയസൗഹൃദങ്ങൾക്കു നേരെ നീട്ടുകയാണ്.

ബാലസാഹിത്യത്തിലെ അതികായനായ ശ്രീ. സിപ്പി പള്ളിപ്പുറത്തിൽ നിന്നും നേരിട്ടുലഭിച്ച അനുഗ്രഹവും, അദ്ദേഹം കുറിച്ചുതന്ന അവതാരികയും, ശ്രീ. ഗോപിനാഥ് മുതുകാട് എഴുതിയ ബ്ലർബ്ബും ആദ്യനോവലിന്റെ ഐശ്വര്യമായി ഞാൻ കാണുന്നു. ഇതേ ഐശ്വര്യം എന്റെ ചെറുകഥാസമാഹാരത്തിന്റെ അവതാരിക എഴുതിയ ശ്രീ. സുകുമാരൻ പെരി

യച്ചൂരിൽ നിന്നും എനിക്ക് ലഭിച്ചത് ഈയൊരവസരത്തിൽ അഭിമാന ത്തോടെ സ്മരിക്കുന്നു. ഭൂപിയുടെ പ്രൂഫ്റീഡിംഗ് നടത്തിയ തിരുവനന്തപുരം സ്വദേശിനി ശ്രീമതി കസ്തൂരി ഭായിയോടും, ഭൂപിയെ എല്ലാവരിലേക്കും എത്തിക്കാൻ കൂടെനിന്ന എല്ലാ സൗഹൃദങ്ങളോടും എന്റെ വായനക്കാരോടും ഞാൻ നന്ദി അറിയിക്കുകയാണ്.

തുടർവായനയുടെ വിശാലമായ ക്യാൻവാസ് തുറക്കുന്ന നോവലി ന്റെ ആദ്യഭാഗമായിട്ടാണ് ഈ പുസ്തകം പൂർത്തിയാക്കിയിരിക്കുന്നത്. ഹൃദ്യവായനക്കൊപ്പം അകക്കണ്ണിൽ നല്ലൊരു ദൃശ്യാനുഭവവും ഈ പുസ്തകം നൽകും എന്നാണ് എന്റെ പ്രതീക്ഷ.

ഏവരും ഈ നോവൽ ഇരുകൈയുംനീട്ടി സ്വീകരിച്ച്, ഭൂപിയുടെ ലോകത്തേക്ക് പ്രവേശിച്ചാലും....

എന്ന്,
നിങ്ങളുടെ,
ടി.വി. സജിത്

ബാലമനസ്സുകളെ വിസ്മയം കൊള്ളിക്കുന്ന നോവൽ

- സിപ്പി പള്ളിപ്പുറം -

മലയാള ബാലസാഹിത്യത്തിൽ തലയെടുപ്പുള്ള പല കഥാപാത്രങ്ങ ളേയും സൃഷ്ടിക്കാൻ കൃതഹസ്തരായ നമ്മുടെ ഏതാനും എഴുത്തു കാർക്ക് കഴിഞ്ഞിട്ടുണ്ട്. മാലിയുടെ 'സർവ്വജിത്ത്', പി. നരേന്ദ്രനാഥിന്റെ 'കുഞ്ഞിക്കൂനൻ', കാരൂരിന്റെ 'ബാലചന്ദ്രൻ', എം.ടി യുടെ 'ദയ എന്ന പെൺകുട്ടി', നന്തനാരുടെ 'ഉണ്ണിക്കുട്ടൻ', കെ.വി രാമനാഥന്റെ 'അപ്പു ക്കുട്ടനും ഗോപിയും', തേക്കിൻകാട് ജോസഫിന്റ 'സൂപ്പർ ബോയ് രാ മു' തുടങ്ങിയ കഥാപാത്രങ്ങളെല്ലാം അക്കൂട്ടത്തിൽപെടുന്നു. എങ്കിലും മാലിയുടെ 'സർവ്വജിത്താ'ണ് ഏറ്റവും മിഴിവുറ്റ ഒരു കഥാപാത്രം. ഈ ഒരു കഥാപാത്രത്തെത്തന്നെ അവതരിപ്പിച്ചുകൊണ്ട് മാലി മൂന്ന് ശ്രദ്ധേ യങ്ങളായ നോവലുകൾ രചിച്ചിട്ടുണ്ട്. ലോകമെമ്പാടുമുള്ള കുട്ടികൾക്ക് ഹരം പകരുന്ന ഒരു കഥാപാത്രം തന്റേതായി ഉണ്ടാക്കണം എന്ന കാഴ്ചപ്പാടോടുകൂടിയാണ് അദ്ദേഹം അതിശക്തനായ ആ കഥാപാത്ര ത്തെ സൃഷ്ടിച്ചത്.

ഇപ്പോൾ നമ്മുടെ മുന്നിലുള്ള 'ഭൂപി'എന്ന ബാലനോവലിന്റെ കഥാ നായകനായ ഭൂപിയും നിരവധി അത്ഭുതസിദ്ധികളുള്ള ഒരുജ്ജ്വലകഥാ പാത്രമാണ്. ടി.വി സജിത്ത് എന്ന ചെറുകഥാകൃത്തിന്റെ ആദ്യത്തെ ബാ ലസാഹിത്യകൃതിയാണിത്.

ബാലമനസ്സുകളെ ആകാംക്ഷയുടെ മുൾമുനയിൽ നിർത്തുന്ന സംഭ വബഹുലമായ ഒരു ഇതിവൃത്തമാണ് സജിത്ത് ഈ നോവലിന്റെ രചന യ്ക്കായി മെനഞ്ഞെടുത്തിട്ടുള്ളത്.

ഈ കൃതിയിലെ പ്രധാനകഥാപാത്രമായ ഭൂപിക്ക് രാവിലെ ഏഴുമ ണി മുതൽ വൈകിട്ട് ഏഴുമണിവരെ മാത്രമെ കാഴ്ചയുണ്ടാകൂ. രാത്രി യാവുന്നതോടെ അവന്റെ കാഴ്ച പൂർണ്ണമായും ഇല്ലാതാകും. ഇതുപോ ലുള്ള അത്യത്ഭുതങ്ങളും നിരവധി നിഗൂഢതകളും സാഹസികതയു മെല്ലാം ചാലിച്ചുചേർത്താണ് സജിത്ത് ഈ കൃതിക്ക് രൂപംനൽകിയിട്ടു ള്ളത്.

പുതിയകാലഘട്ടത്തിലെ കുട്ടികളുടെ സങ്കല്പങ്ങളും കാഴ്ചപ്പാടുകളുമെല്ലാം വളരെ സമർത്ഥമായിത്തന്നെ ഈ കൃതിയിൽ അവതരിപ്പിച്ചിട്ടുണ്ട്.

പതിനൊന്ന് അധ്യായങ്ങളുള്ള ഈ പുസ്തകം 'ഭൂപി' എന്ന വലിയൊരു ബാലനോവലിന്റെ ആദ്യഭാഗമാണെന്നാണ് ഞാൻ മനസ്സിലാക്കുന്നത്. ഈ സംഭവങ്ങളുടെ അത്ഭുതകരമായ തുടർച്ച തീർച്ചയായും ഉണ്ടാകുമെന്ന് നമുക്ക് പ്രതീക്ഷിക്കാം.

വളരെ ലളിതവും സരസവും ആകാംക്ഷാഭരിതവുമായ ശൈലിയിലാണ് സജിത്ത് 'ഭൂപി'യുടെ രചന നിർവ്വഹിച്ചിട്ടുള്ളത്. കുട്ടികളുടെ സാഹസികമനോഭാവത്തേയും അവരുടെ ഭാവനയെയും ഉണർത്താൻ ഈ കൃതി നന്നായി സഹായിക്കും.

ഒരുപക്ഷേ ഈ കൃതിയിലെ നിഗൂഢമായ പല രഹസ്യങ്ങളും ഇതിന്റെ തുടർച്ചയായി വരാൻപോകുന്ന പുസ്തകത്തിലുണ്ടാകുമെന്ന് പ്രത്യാശിക്കാം.

ഇത്രയും ആകർഷകമായ ഒരു കൃതി നമ്മുടെ കുട്ടികൾക്ക് സമ്മാനിക്കാൻ തയ്യാറായ ടി.വി സജിത്തിന് എല്ലാ ഭാവുകങ്ങളും നേരുന്നു. ഇനിയും കൂടുതൽ ശ്രദ്ധേയമായ ബാലസാഹിത്യകൃതികൾ രചിക്കാൻ ഈ പ്രതിഭാധനന് കഴിയട്ടെ എന്ന് പ്രത്യേകം പ്രാർത്ഥിക്കുന്നു.

●

ഒന്ന്

'കൂയ് നിന്റെ പേരെന്താ?'

ഓലമേഞ്ഞ വീട്ടിന് മുകളിൽകയറി ഓലമാറ്റി, ഇടയിലൂടെ താഴേക്ക് നോക്കി ആ കുരങ്ങൻ ചോദിച്ചു.

'ഭൂപി..'

കണ്ണുതുറക്കാതെ അവൻ മുകളിലേക്കുനോക്കി മറുപടി പറഞ്ഞു.

'ആരാ.. അഞ്ജുചേച്ചിയാണോ.. ഇതെന്താ തട്ടിന്റെ പുറത്തേക്ക് കയറിയത്?'

പെൺശബ്ദത്തിലുള്ള ചോദ്യം കേട്ട് ഭൂപി ചോദിച്ചു.

'ഞാൻ ജിഞ്ച.. കണ്ണുതുറന്ന് ഭൂപി ഇങ്ങോട്ട് നോക്കൂ.'

'ജിഞ്ചയോ...ഏത് ജിഞ്ച..? എനിക്കറിയില്ലല്ലോ.. എനിക്ക് കാഴ്ചയില്ല.'

'ഞാനിപ്പോൾ എവിടെയാ?' – ഭൂപി ചോദിച്ചു.

'അത് കൊള്ളാം. നാലുപാടും വെള്ളത്താൽ ചുറ്റപ്പെട്ട് കിടക്കുന്ന ഈ തുരുത്തിൽ വന്നിട്ട്, ഈ പനയോലമേഞ്ഞ വീട്ടിനുള്ളിൽ മലർന്ന് കിടന്നുറങ്ങിയിട്ട് ഇപ്പോൾ എന്നോട് ചോദിക്കുന്നു.. എവിടെയാണെന്ന്!'

ഓലപ്പുറത്ത് കിടന്ന് താഴോട്ട് നോക്കിക്കൊണ്ട് ജിഞ്ച കളിയാക്കി.

'സത്യമാണ് ജിഞ്ചാ.. നീ ഏത് വീട്ടിലെയാ?'

'എന്റെ വീട് മരത്തിന്റെ മുകളിലാ... അങ്ങ് ദൂരെ മലയിലെ കാട്ടിൽ..'

'കാട്ടിലോ.. കാട്ടിൽ ആദിവാസികളല്ലേ... അക്കൂട്ടത്തിലുള്ളതാണോ?'

'ഹ ഹ... അതേ. നിങ്ങളുടെയൊക്കെ പൂർവ്വികരാ നമ്മൾ.'

'എന്നുവെച്ചാൽ മുതുമുത്തശ്ശന്മാരാണോ?'

ഭൂപിക്ക് അത്ഭുതം തോന്നി..

'അല്ല ഭൂപീ.. ഞാൻ കുരങ്ങനാ...'

'ങേ.. സംസാരിക്കുന്ന കുരങ്ങനോ.. ജിഞ്ച കളിയാക്കുകയാണോ?'

'എന്താ വിശ്വാസം വരുന്നില്ലേ?'

'ഇല്ല.. ഏഴുമണിയാകട്ടെ.. ഞാൻ വിശ്വസിച്ചോളാം.'

'ങേ അതെന്താ.. ഏഴുമണിക്കണക്ക്?' – ജിഞ്ച ആശ്ചര്യംതൂകി.

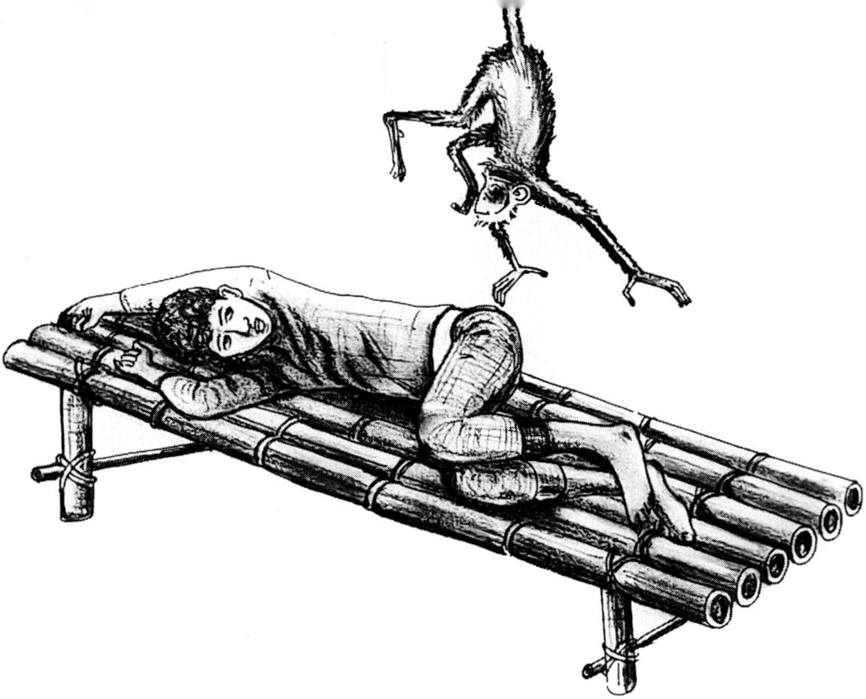

'എനിക്ക് ഏഴ് മണിക്ക് കാഴ്ച തിരിച്ച് കിട്ടും.'

'എന്താ ഭൂപീ ഈ പറയുന്നേ.. എനിക്കൊന്നും മനസ്സിലാകുന്നില്ല..'

'പതിയെ മനസ്സിലാക്കാം.. നീ നിന്നെക്കുറിച്ച് പറയൂ ജിഞ്ചാ.'

ആ വാനരൻ മേൽക്കൂരയിൽനിന്നും തലകീഴായിമറിഞ്ഞ് മുളയിൽ തീർത്ത കട്ടിലിലേക്ക് ചാടിക്കയറി. മുളങ്കട്ടിലിൽ കിടക്കുന്ന ഭൂപിയുടെ ദേഹത്തുകൂടി ജിഞ്ചക്കുരങ്ങന്റെ വാൽ ചലിച്ചു..

'അമ്മേ.. പാമ്പ്...'എന്ന് വിളിച്ച് അവൻ ചാടിയെഴുന്നേറ്റു.

'ഭൂപീ, ഇത് ഞാനാ. അതെന്റെ വാലാ.. പേടിക്കേണ്ട. ഇപ്പോ മനസ്സിലായില്ലേ ഞാൻ കുരങ്ങനാണെന്ന്..'

ഭൂപി ജിഞ്ചയുടെ വാലിലൂടെ പിടിച്ച് പേടിയോടെ കുരങ്ങനെ തൊട്ടു തലോടി നോക്കി.

അതെ.. കുരങ്ങൻ തന്നെ... പക്ഷേ എങ്ങനെ സംസാരിക്കും കുരങ്ങന്മാർ!?

എന്നിട്ടും ഭൂപിക്ക് വിശ്വാസം വന്നില്ല.

ഭൂപിയുടെ കണ്ണുകളിലേക്ക് സൂക്ഷിച്ച് നോക്കുകയാണ് ജിഞ്ച.

പെട്ടെന്ന് ഭൂപി ഉറക്കെ നിലവിളിച്ച്കൊണ്ട് കട്ടിലിലേക്ക് കമിഴ്ന്നുകിടന്നു. അത് കണ്ട് ജിഞ്ച ജനലിൽക്കൂടി തട്ടിൻപുറത്തേക്ക് പേടിച്ച് ചാടിക്കയറി.

'എന്താ ഭൂപീ.. എന്ത് പറ്റി?'

ഭൂപി മലർന്ന് കിടന്ന് കണ്ണുകൾ രണ്ടുകൈകൊണ്ടും തിരുമ്മി. മെല്ലെ കണ്ണുകൾ തുറന്നുനോക്കി.

അവന് ആ പരിസരം ഏതാണെന്ന് വ്യക്തമായിരുന്നില്ല. എങ്ങനെ അവിടെയെത്തി എന്ന് പിടികിട്ടിയതുമില്ല.

താൻ എത്തിപ്പെട്ട ഓലപ്പുരക്കകം മുഴുവൻ കണ്ണോടിച്ചു. മുകളിലേക്ക് നോക്കിയപ്പോൾ പേടിച്ചരണ്ട് ഓലക്കിടയിലൂടെ താഴേക്ക് നോക്കുന്ന ജിഞ്ചയെയാണ് കണ്ടത്. കാഴ്ച തിരിച്ചുകിട്ടിയപ്പോൾ അറിയാതെ വന്ന തന്റെ ശബ്ദംകേട്ട് പേടിച്ചോടിയതാണ് പാവം.

'നീയല്ലേ ജിഞ്ച?'

'അതേ.. ഇപ്പോൾ വിശ്വാസമായില്ലേ?'

'ഇല്ല.. നീ സംസാരിക്കുന്നത് ഇപ്പോഴും എനിക്ക് വിശ്വസിക്കാൻ പറ്റുന്നില്ല.'

ഭൂപി കട്ടിലിൽനിന്നും എഴുന്നേറ്റ് പുറത്തേക്കിറങ്ങി. ജിഞ്ച ഓലപ്പുറത്തുനിന്നും നിരങ്ങി മുറ്റത്തേക്ക് ചാടിയിറങ്ങി.

ഭൂപി ചുറ്റും നോക്കുകയാണ്. നേരത്തെ ജിഞ്ച പറഞ്ഞതുപോലെ ചുറ്റും പുഴ ആണ്. രണ്ട് വശവും മലകൾ. അതിനപ്പുറത്തും നോക്കെത്താദൂരത്തോളം ഒരുപാട് മലകൾ ഉണ്ട്. വീട് ഉള്ള സ്ഥലത്ത് ചെറിയൊരു കുളവും, ഒരു വലിയ പാറയും, പറമ്പിൽ രണ്ട് തെങ്ങും ഉണ്ട്. പിന്നെ കുറെ ചെറിയ മരങ്ങൾ. നെല്ലിക്ക, ചാമ്പ, പേരയ്ക്ക, ആത്തിച്ചക്ക തുടങ്ങിയവയുടെ വൃക്ഷങ്ങൾ. വീടിനോടുചേർന്ന പേരമരത്തിൽ പാഷൻഫ്രൂട്ടിന്റെ വള്ളിപ്പടർപ്പും ഉണ്ട്.

അവൻ വീടിന് ചുറ്റം ഓരോന്നും നടന്ന് കണ്ടു. കൂടെ ജിഞ്ചയും. രണ്ട് പേരും ആദ്യമായി എത്തിപ്പെട്ട സ്ഥലത്തായതിനാൽ എല്ലാം പുതുമയായി തോന്നി.

അവർ ഇരുവരും വീട്ടിനടുത്തുള്ള കുളക്കരയിലേക്ക് നടന്നു. അവരുടെ നിഴൽ വെള്ളത്തിൽ പതിഞ്ഞപ്പോൾ, വെള്ളത്തിൽ നിന്നും ഏതോ ഒരു ജീവി പൊത്തിലേക്ക് നീന്തിമറഞ്ഞു. അത് ഒരു ആമയായിരുന്നു. പൊത്തിൽ നിന്നും തന്റെ പുറന്തോടിൽ നിന്നും തലപുറത്തേക്ക് ഇട്ട് ആ ദ്വീപിലെ അതിഥികളെ ശ്രദ്ധിച്ചു.

ഏറെനേരം വെള്ളത്തിലേക്ക് നോക്കിനിന്നശേഷം രണ്ടുപേരും ആ കൊച്ചുദ്വീപിന്റെ അറ്റത്തുള്ള വലിയ പാറപ്പുറത്തേക്ക് കയറാനായി നടന്നു.

•

രണ്ട്

ഭൂപിക്ക് ആ സ്ഥലം ഒരു മായികലോകമായി അനുഭവപ്പെടുകയായിരുന്നു. ചുറ്റുംവെള്ളം. നല്ല തണുത്ത കാറ്റ്. ദൂരെ മലകൾ മഞ്ഞുകൊണ്ട് മൂടിയിരിക്കുന്നു. ഇടയ്ക്ക് അവ തെളിഞ്ഞ് കാണാം.

ആരായിരിക്കും ഇങ്ങനെ ഒരു വീട് പണിതത്?

ആരൊക്കെയാണ് ഇവിടെ താമസിക്കുന്നത്?

താനെങ്ങനെയാണ് ഇവിടേക്ക് എത്തിപ്പെട്ടത്?

ഇങ്ങനെയുള്ള ചിന്തകളാണ് ഭൂപിക്ക് അപ്പോഴും ഉണ്ടായിരുന്നത്.

'ജിഞ്ചാ, ഇതാരുടെ വീടാണെന്നറിയാമോ. നീ എന്നും ഇവിടെയാണോ താമസം?'

'ഏയ് അറിയില്ല. ഞാനാദ്യമായിട്ടാണ് ഇവിടേക്ക് വന്നത്. എന്റെ വീട് ആ കാണുന്ന മലമുകളിലാണ്.'

ഈ തുരുത്തിനെക്കുറിച്ചോ താമസക്കാരെക്കുറിച്ചോ അവനും ഒന്നും അറിയില്ലെന്ന് ഭൂപിയ്ക്ക് മനസ്സിലായി.

മുഴുവൻ പച്ചപ്പ് നിറഞ്ഞതായിരുന്നു ജിഞ്ചയുടെ വീടുള്ള മല. സൂര്യൻ ഉദിച്ചുവരുന്ന കിഴക്കൻമല ചൂണ്ടിക്കാണിച്ച് ജിഞ്ച പറഞ്ഞു.

'കൊള്ളാം.. എന്നിട്ട്'– ഭൂപിയ്ക്ക് അറിയാൻ ആകാംക്ഷയായി.

ജിഞ്ച പേരമരത്തിൽ കാൽകൊളുത്തി തലകീഴായി ആടി.. എന്നിട്ട് ദൂരയുള്ള മലയിലേക്ക് ചൂണ്ടിപ്പറഞ്ഞുതുടങ്ങി.

'ഞാൻ എന്നും വീട്ടിൽനിന്നും മലയടിവാരത്തേക്കിറങ്ങും. ഈ പുഴയുടെ അറ്റത്ത് ആ കാണുന്ന ഭാഗത്ത് ഒരു വലിയ പാറയുണ്ട്. അവിടെ വന്നിരിക്കും'

'അതെന്താ. സ്ക്കൂൾ ഉണ്ടോ നിങ്ങൾക്ക്..?'

'ഹ ഹ.. എന്റെ കൂടെക്കൂടി നീയും ചളി അടിക്കാൻ തുടങ്ങിയോ..?'

'എനിക്ക് സംസാരശേഷിയുള്ള കാര്യം ആ മലയിലെ എല്ലാവരും അറിഞ്ഞു. അവിടത്തെ ജ്യോതിഷി പറഞ്ഞിരിക്കുന്നത് എനിക്ക് പ്രേതബാധ കൂടിയിട്ടുണ്ടെന്നാണ്. ഞാൻ അധികകാലം ജീവിച്ചാൽ ആ മല

തന്നെ നശിക്കുംപോലും. അതിനാൽ എന്നെ നാടുകടത്താനോ ബലികഴിപ്പിക്കാനോ ആണ് അവരുടെ പദ്ധതി.

ഒരു മുത്തശ്ശിയുടെ പ്രേതമാണ് എനിക്കുള്ളതെന്നാണ് മലമൂപ്പന്മാരായ മുത്തശ്ശന്മാർ പറഞ്ഞുനടക്കുന്നത്. എന്നെ ബലികഴിപ്പിച്ച് ചങ്ങാടത്തിൽകെട്ടി ഈ ഭാഗത്തേക്ക് ഒഴുക്കിവിടാനായിരുന്നു തീരുമാനം'

'അയ്യോ.. അങ്ങനെ ഒഴുക്കിവിട്ടാണോ നീയിവിടെ എത്തിയത്? പറ. നീ പ്രേതമാണോ?'

ഭൂപി പേടിയോടെ ചോദിച്ചു.

അച്ഛനും അമ്മയും നോക്കിയപ്പോൾ ശബ്ദം എന്നിലേക്ക് കയറിയപ്പോൾ ഒരു വലിയ വെളിച്ചം ദൂരേക്ക് പോകുന്നത് കണ്ടുപോലും!!'

'ഇത്രേംകാലമായിട്ടും വേറെയാരും അറിഞ്ഞില്ലേ?'- ഭൂപിക്ക് സംശയം.

'കുറേക്കാലം അറിഞ്ഞില്ല. പക്ഷേ, ഈയിടെ അവിടെയുള്ള ഒരു കടുവ എന്നെ പിടിക്കാൻ വന്നപ്പോൾ ഞാൻ പേടിച്ച് അതേപോലെ നിലവിളിച്ചു.

മലദൈവങ്ങളേ എന്നെ രക്ഷിക്കണേ എന്ന്..'

'കടുവേം ഉണ്ടോ അവിടെ? എന്റമ്മോ..'

'കടുവ മാത്രല്ല. അവിടെയില്ലാത്ത മൃഗങ്ങളില്ല. ഈ ലോകത്ത് എല്ലാ മൃഗങ്ങളും ഉള്ളത് എന്റെ, ആ കാണുന്ന തട്ടാച്ചാർമലയിലായിരിക്കും. ആ കടുവയാണ് എല്ലാവരെയും അറിയിച്ചത് - എനിക്ക് മനുഷ്യ

ശബ്ദമുണ്ടെന്നും, പ്രേതം കയറിയിട്ടുണ്ടെന്നും. അല്ലെങ്കിൽ എനിക്ക് ജീവനോടെ അവിടെത്തന്നെ കഴിയാമായിരുന്നു' - ജിഞ്ച അത് പറയുമ്പോൾ മൂക്കിൽ വിരൽവച്ച് മുകളിലേക്ക് നോക്കി ചോദിച്ചു.

'അപ്പോ, ഇപ്പോ ജീവനില്ലേ. നീ പ്രേതം തന്നെയാണല്ലേ..?'

'അയ്യോ അല്ല. ആ തട്ടാച്ചാർമലയിൽതന്നെ ജീവിച്ച് പോകാമായിരുന്നു എന്നാണ് പറഞ്ഞതെന്റെ സഹോദരാ.. എന്റെ സംസാരശേഷി, കടുവച്ചാരിലൂടെ മറ്റുള്ളവർ അറിഞ്ഞശേഷം നേരത്തെപറഞ്ഞ ആ പാറക്കെട്ടിനടിയിൽ ഞാൻ ഒളിച്ച്താമസിച്ചതാണ്. അതും കണ്ടുപിടിക്കാൻ സാധ്യതയുള്ളതിനാൽ ഞാൻ ഈ ചങ്ങാടത്തിൽകയറിയിങ്ങോട്ടുവന്നു. അപ്പോഴാണ് ഈ വീടും, അകത്ത് കയറിയപ്പോൾ നിന്നേയും കണ്ടത്.'

'പക്ഷേ, ഞാനെങ്ങനെയാ ഇവിടെ എത്തിയതെന്ന് എനിക്ക് ഓർമ്മയില്ല.'– ഭൂപി ആലോചനയിലാണ്ടു.

'ഭൂപിയുടെ മാതാപിതാക്കൾ രണ്ടുപേരും എവിടെയാണെന്ന് ഓർമ്മയുണ്ടോ?'

'രണ്ട് പേരല്ല. ഒരാൾ!'

'ങേ.. എന്താ ഭൂപീ.. അച്ഛനും അമ്മയും രണ്ട് പേരല്ലേ..?'

'അല്ല. ഒരാൾ.. എനിക്ക് അച്ഛനുമമ്മയും ഒരാളാ ജിഞ്ചാ...'

'ആര്.. ആരാ മരിച്ചത്?'

'രണ്ടാളും മരിച്ചില്ല.. പക്ഷേ, ഒരാളേ ഉള്ളൂ...'

'ദൈവമേ..എന്നെ കൊല്ല് കൊല്ല്.. ഈ ഭൂപി എന്താ പറയുന്നത്. ആരും മരിച്ചുമില്ല.. പക്ഷേ ഒരാളേ ഉള്ളൂ എന്ന്..' - അതും പറഞ്ഞ് ജിഞ്ച അടുത്തുണ്ടായ തെങ്ങിൽ കൈയ്യിട്ടടിച്ചു. എന്നിട്ട് അതിന്റെ മുകൾവരെ ശരവേഗത്തിൽ കയറിയിറങ്ങി. തിരിച്ചെത്തി, ഭൂപിയുടെ മുഖത്തേക്കുതന്നെ നോക്കി.

'ജിഞ്ചേ, എനിക്കും അത് അത്ഭുതമാണ്. എനിക്ക് മാത്രം അറിയുന്ന സത്യം. അല്ല. അവിശ്വസനീയമായ സത്യം.'

'എനിക്ക് മനസ്സിലാകുന്നില്ല ഭൂപീ. നീ പറ.'

'ഇവിടെയെത്തിപ്പെട്ടതുപോലെ ഒരത്ഭുതമാണ് എന്റെ ജീവിതവും. വാ പറയാം..'

ജിഞ്ച ഭൂപിയുടെ ചുമലിലേക്ക് ചാടിക്കയറി മുടിയിൽ ഇറുകെ പിടിച്ചു. ദേഹത്തേക്ക് പെട്ടെന്ന് ജിഞ്ച ചാടിക്കയറിയപ്പോൾ ഭൂപി പേടിച്ചുപോയി.

'നടന്നോളൂ. ആ പാറപ്പുറത്തേക്ക് പോകാം.

•

മൂന്ന്

രണ്ടുപേരും പാറപ്പുറത്ത് കയറി.

'ഇനി നിന്റെ അത്ഭുതജീവിതത്തെക്കുറിച്ച് പറയൂ.. കേൾക്കട്ടെ. അതിന് മുമ്പ് രാവിലെ എന്തെങ്കിലും കഴിക്കേണ്ടേ?'.

'വേണ്ട. ജീവിതത്തിൽ ഇതുവരെ ഞാൻ ഭക്ഷണം കഴിച്ചിട്ടില്ല. എനിക്ക് വിശക്കാറില്ല.'

'കാട്ടുതമ്പുരാനേ.. ഈ ഭൂപി ഒരു അത്ഭുതമാണല്ലോ.'

ജിഞ്ച ഭൂപി പറയുന്നത് ആകാംക്ഷയോടെ കേട്ട് പാറപ്പുറത്തിരുന്നു.

'പക്ഷേ, വെള്ളം വേണം. ഞാൻ വെള്ളം മാത്രമേ കുടിക്കാറുള്ളൂ.'

'അടിപൊളി. ഇവിടെ നിനക്ക് വെള്ളംകുടിച്ച് മരിക്കാം.. ഈ ദ്വീപിന് ചുറ്റും വെള്ളമല്ലേ.'

'ഹ ഹ' - ഭൂപിയും ജിഞ്ചയുടെ ഫലിതംകേട്ട് ചിരിച്ചു.

'അത് പോട്ടെ. ജിഞ്ചയ്ക്ക് വിശക്കുന്നില്ലേ?'

'പിന്നെ നിന്നെപ്പോലല്ല. എനിക്ക് വിശപ്പിന്റെ അസുഖമുണ്ട്.'

'നീ കൊള്ളാമല്ലോ ജിഞ്ചാ. കോമഡിക്കാരനാണല്ലേ?'

'അങ്ങനൊന്നുമില്ല. ആരോടെങ്കിലും സംസാരിക്കുമ്പോൾ മാത്രം.'

'ഹ ഹ'

'കഥ ബാക്കി പറ..' ഭൂപി ദൂരേക്ക് നോക്കി പറഞ്ഞുതുടങ്ങി.

'കാഴ്ചശക്തിയുടെ കാര്യം പറഞ്ഞല്ലോ...'

'ഉം..'

'എനിക്ക് ദിവസം 12 മണിക്കൂർ കാഴ്ച നഷ്ടപ്പെടും. രാത്രി 7 മണിക്ക് അന്ധനായാൽ പിറ്റേദിവസം 7 മണിയാവണം കാഴ്ച തിരിച്ച് കിട്ടാൻ. നേരത്തെ കണ്ടില്ലേ.. അതുപോലെ കാഴ്ച തിരിച്ചുകിട്ടുമ്പോൾ ഭയങ്കര അസ്വസ്ഥതയാണ്. എന്തോ ശക്തി തിരിച്ചെത്തുംപോലെയാണ്.'

'ഭാഗ്യം രാത്രിയായോണ്ട്. അല്ലെങ്കിൽ പകലും ഇരുട്ടായിരിക്കുമല്ലോ'- ജിഞ്ചയ്ക്ക് ചിരിവന്നു.

'നിന്റെ കാഴ്ചേടെ കാര്യം വലിയ അത്ഭുതമായിയെനിക്ക് തോന്നിയില്ല. മറ്റേകാര്യം പറ.. അച്ഛനും അമ്മയും ഒരാളാണെന്ന് പറഞ്ഞത്. നി

ങ്ങളുടേത് മന്ത്രവാദിക്കുടുംബമാണോ? നിനക്ക് മന്ത്രം അറിയുമോ..? എന്നാൽ എന്റെ സംസാരശേഷി ഇല്ലാതാക്കിതാ...'

ജിഞ്ചയ്ക്ക് സംശയം കൂടിക്കൂടിവന്നു.

'അയ്യോ എനിക്കൊന്നുമറിയില്ല. അതൊക്കെ ഓർക്കുമ്പോൾ എനിക്കും തോന്നിയിട്ടുണ്ട് ഞാൻ ഏതെങ്കിലും മന്ത്രവാദകുടുംബത്തിൽപ്പെട്ടവനാണെന്ന്.. എന്റെ ഓർമ്മവച്ചനാൾമുതൽ എനിക്ക് രാത്രി കാഴ്ചശക്തിയില്ല. അന്നുമുതൽ അമ്മയെ ഞാൻ കണ്ടിട്ടുമില്ല.'

'അയ്യോ ഭൂപീ.. എന്നെ ഇങ്ങനെ വട്ടാക്കാതെ നീ കാര്യം തെളിച്ച് പറ. ആകെ കൺഫ്യൂഷൻ.'

'എന്റെ അമ്മ രാത്രി 7 മണി മുതൽ രാവിലെ കാഴ്ചശക്തി തിരികെ കിട്ടുംവരെയാണ് എന്റെകൂടെയുണ്ടാകുക.'

'പിന്നെയോ...? എനിക്ക് പ്രാന്താകും ഭൂപീ...'

ജിഞ്ച ഭൂപി പറയുന്നത്കേട്ട് പാറപ്പുറത്തുകൂടി തലയിൽ മാന്തിക്കൊണ്ട് ചാടിച്ചാടി നടന്നു.

'അപ്പോൾ അച്ഛൻ?'

'അച്ഛൻ പകൽ മാത്രം. ഇപ്പോൾ പകലല്ലേ.... അച്ഛൻ വീട്ടിലുണ്ടാകും. ദിനൻ എന്നാണ് പേര്..'

'അമ്മയുടെയോ?'

'ദിനശ്രീ...'

'ങേ.. ദിനൻ.. ദിനശ്രീ.. ചിലപ്പോൾ ഇരട്ടകളായിരിക്കുമോ അവർ.... ഇനി അതും..'

'അല്ല.. അച്ഛനും അമ്മയും തന്നെ...'

'അപ്പോൾ രണ്ടാളും ഉണ്ടല്ലോ.. അപ്പോ എങ്ങനെ രണ്ടാളും ഒന്നാകും!?'

'രണ്ടാളും ഒന്നാണ്..'

'അയ്യയ്യോ.. എന്നെ കൊല്ല്.. എന്നെ കൊല്ല്'

ഭൂപി പറയുന്ന കഥകേട്ട് ജിഞ്ചക്ക് സമനിലതെറ്റാൻ തുടങ്ങിയതുപോലെ ആയി. ഭൂപിയുടെ ഇരുകൈയുംപിടിച്ച് ജിഞ്ച സ്വന്തം കഴുത്തിൽ ഞെക്കി.

'നീ പറ' – ജിഞ്ച ഭൂപിയോട് പറഞ്ഞു.

'ഞാൻ പറയാം. പക്ഷേ ഒരു സംശയം. നീ കുരങ്ങനല്ലേ.. അച്ഛനും അമ്മയ്ക്കും മോനാണെന്ന് പറഞ്ഞു. പക്ഷേ നിന്റെ ശബ്ദം പെണ്ണിന്റെ ആണല്ലോ..?'

'അതല്ലേ ഞാൻ പറഞ്ഞത്. എനിക്ക് പ്രേതബാധ കൂടിയതാണെന്ന്. ഇങ്ങനെ സ്ത്രീശബ്ദം ആയതുകൊണ്ടുകൂടിയാണ് എല്ലാവരുംകൂടി എന്നെ ഇല്ലാതാക്കാനും നോക്കുന്നത്. ഓ എനിക്ക് ഈ ശബ്ദത്തിന് പകരം യേശുദാസിന്റെ ശബ്ദം തന്നാൽ മതിയാരുന്നു.' – ജിഞ്ച വിഷമിച്ചു.

'യേശുദാസിനെ ഈ കാട്ടിലുള്ള നിനക്കെങ്ങനെയറിയാം?' – ഭൂപിക്ക് പിന്നെയും സംശയം.

'എനിക്ക് അതൊക്കെ അറിയാം ഭൂപീ. ചിലപ്പോൾ നാട്ടിലുള്ള ആരുടെയെങ്കിലും ആത്മാവ് കൂടിയതായിരിക്കും.'

'ഹ ഹ' – ഭൂപിയ്ക്ക് ചിരിവന്നു.

'തമാശക്കാരൻ ജിഞ്ച.. നീ കൂടെവരുന്നോ എന്റെ നാട്ടിലേക്ക്..?'

'അതിന് നിന്റെ നാടെവിടെയാ..?'

'ആ.. അറിയില്ല. നമുക്കൊന്നിച്ച് അന്വേഷിച്ച് പോകാം.'

'ഞാൻ റെഡി... പക്ഷേ, എന്നെ മൃഗശാലയിലൊന്നും ഏൽപ്പിക്കരുത്. അവിടെചെന്ന് ആരോടും പറയരുത് എനിക്ക് സംസാരശേഷി ഉള്ള കാര്യം. എന്തായാലും നമുക്ക് ഈ ദ്വീപ് വിടാം.' – ജിഞ്ചയും മാനസികമായി തയ്യാറെടുത്തു.

'നീ വന്നിട്ട് വേണം അമ്മയുടെയും അച്ഛന്റെയും അത്ഭുതമാറ്റത്തിന്റെ രഹസ്യം അറിയാൻ..'

'എടാ ചിലപ്പോൾ നിന്റെ കാഴ്ച പോയശേഷം നീ കാണാതെ നിന്റച്ഛൻ മിമിക്രി ചെയ്യുന്നതായിരിക്കും. അല്ലേൽ മോണോആക്ട്. നീ പൊട്ടനായോണ്ട് ഒന്നും കാണുന്നില്ലല്ലോ. നിന്നെ പറ്റിക്കുന്നതായിരിക്കും. നിനക്ക് അച്ഛൻ മാത്രമേ കാണുള്ളൂ.'

'നീയാ പൊട്ടൻ.. അപ്പോൾ എനിക്ക് അമ്മിഞ്ഞ തന്നതൊക്കെ അമ്മയല്ലാതെ പിന്നെയാര്'.

ഭൂപിയുടെ വാക്കും ഒരു പല്ലി ചിലച്ചതും ഒരുമിച്ചായിരുന്നു. അതു കേട്ട് തുമ്മിക്കൊണ്ട് ജിഞ്ച പറഞ്ഞു.

'ങേ.. അപ്പോൾ സത്യം തന്നെ.... ആ...ആ ആച്ഛി'

'അമ്മയുടെ താരാട്ട് പാട്ടും, കഥ പറയലും കേട്ടാ ഞാൻ വളർന്നത്. എന്റെ കൂടെയാ അമ്മ എന്നും ഉറങ്ങാറ്.

കുറച്ച് നേരത്തെ മൗനത്തിന് ശേഷം ഭൂപി തുടർന്നു.

'ഇന്നലെമാത്രം എനിക്കൊന്നും ഓർമ്മയില്ല. രാത്രി, കതക് കുറ്റിയിടുന്നതിന് മുമ്പ് വരെ അച്ഛനെ കണ്ടിരുന്നു. ആ സമയത്താണ് കാഴ്ച പോയത്. അതിനുശേഷം രാത്രി അമ്മയുടെ സാമീപ്യം അറിഞ്ഞുമില്ല. പിന്നെ ഇന്ന് നീ വിളിക്കുമ്പോഴാ ഞാനുണർന്നത്. നിന്റെ ശബ്ദംകേട്ട് ഞാൻ ആദ്യം അമ്മയെന്നാ കരുതിയത്. പിന്നെ വീട്ടിനടുത്തുള്ള അഞ്ജുചേച്ചിയും ലക്കിയും വന്നതാണെന്നും കരുതി'

ഒന്ന് നിർത്തി ഭൂപി ജിഞ്ചയോട് ചോദിച്ചു.

'ജിഞ്ചാ.. നിന്നെ ജിഞ്ചീ എന്ന് വിളിക്കട്ടെ.? നീ പെണ്ണല്ലേ...'

'അല്ല ഞാൻ ആണാണ്..'

'കാഴ്ച നഷ്ടപ്പെട്ടാലും നിന്റെ ശബ്ദം കേട്ടാൽ എനിക്ക് തിരിച്ചറിയാം ജിഞ്ചാ..'

'എങ്ങനെ..? നീ പറഞ്ഞേ... നിന്റെ കണ്ടെത്തൽ... കേൾക്കട്ടെ.'

'നീ സംസാരിക്കുമ്പോൾ നിനക്ക് ഒരു പ്രത്യേകത ഉണ്ട്. നീ അത് ശ്രദ്ധിച്ചിരുന്നോ..?' – ജിഞ്ചയിൽനിന്നുതന്നെ ഭൂപി ഉത്തരംതേടി.

'എന്ത്?' – ആശ്ചര്യമായിരുന്നു ജിഞ്ചയ്ക്ക്.

'നീ സംസാരിക്കുമ്പോൾ ഇടക്കിടെ തുമ്മുന്നത്' – തന്റെ കണ്ടെത്തൽ

ഭൂപി ജിഞ്ചയെ അറിയിച്ചു.

'അറിയാം. പക്ഷേ, ഞാൻ ആരോടും സംസാരിച്ചിട്ടില്ല. സംസാരിക്കുമ്പോഴല്ലേ തുമ്മൂ.. ഞാൻ ഉറക്കത്തിൽ മാത്രം പിച്ചുംപേയും പറയും. അല്ലാതെ ഞാൻ ആരോട് സംസാരിക്കാനാണ്. എന്റെ മാതാപിതാക്കൾക്കോ ആ മലയിലെ മൃഗങ്ങൾക്കോ മനുഷ്യരുടെ ഭാഷ അറിയില്ലല്ലോ. ഇന്നലെ രക്ഷപ്പെടാൻ തോന്നിയത് നന്നായി. നിന്നെ കൂട്ട് കിട്ടിയല്ലോ.'

'തുമ്മുന്നത് പറഞ്ഞപ്പോഴാണ് ഇപ്പോൾ ഒരു കാര്യം ഓർമ്മ വന്നത്. സ്വപ്നം കണ്ടപ്പോൾ, സ്വപ്നത്തിൽ കുറേ മനുഷ്യരുമായി സംസാരിച്ചിരുന്നു. അവർക്കിടയിലെ പെൺകുട്ടികൾ എന്നെ വിളിച്ച പേര് എന്താണെന്നറിയാമോ..?'

'എന്താ..?'

'തുമ്മച്ചി..'

'ആആആആ ആച്ഛി.....'– തുമ്മച്ചിയെന്ന് പറഞ്ഞപ്പോൾ ജിഞ്ച അറിയാതെ തുമ്മി.

'ഹ ഹ ഞാനും അങ്ങനെ വിളിക്കും ഇടയ്ക്ക്..'

'ജിമ്മച്ചി അല്ല തുമ്മച്ചി...'

'ഹ ഹഹ'

രണ്ടുപേരും 'ജിമ്മച്ചി', 'തുമ്മച്ചി' എന്ന് പരസ്പരം പറഞ്ഞ് ചിരിച്ചു.

പെട്ടെന്ന് വളഞ്ഞുപുളഞ്ഞ് ദൂരേക്ക് ഒഴുകുന്ന പുഴയിലൂടെ ആരോ തോണിയുമായി തുഴഞ്ഞുവരുന്നതുകണ്ട് ജിഞ്ച ചാടിയെഴുന്നേറ്റു.

'ഭൂപീ വാ.. വീട്ടിലേക്ക് പോകാം..'

'എന്താ..?' – ജിഞ്ചയുടെ ചോദ്യത്തിൽ ഭയംനിഴലിച്ചിരുന്നു.

'ആരോ ഇങ്ങോട്ട് വരുന്നുണ്ട്'–ഭൂപിയുടെ മുഖത്തും ഭീതിയുണ്ടായിരുന്നു.

രണ്ടുപേരും തുരുത്ത് ലക്ഷ്യമാക്കിവരുന്ന തോണികണ്ട് ഓടി.

•

നാല്

'എനിക്ക് പേടിയാകുന്നു ജിഞ്ചാ..'

പേടിച്ചുവിറച്ച് വീടിന്റെ ജനാലയിലൂടെ ദൂരെ പുഴയിലേക്ക് നോക്കി ഭൂപി വിലപിച്ചു.

'ഒന്നുകൊണ്ടും പേടിക്കേണ്ട ഭൂപീ..'

'അതെന്താ..?'

'ഞാനിത്രയും കാലം ആ മലയിലായിരുന്നിട്ടും ഇങ്ങനൊരു ദ്വീപ് ഞാൻ കണ്ടിരുന്നില്ല. ആ വരുന്ന ആൾക്കും കാണാൻ പറ്റില്ല. ഇതൊരു അത്ഭുതദ്വീപാണ്. നമ്മൾ എത്തിയതും അത്ഭുതം തന്നെയാണ്.'

ഭൂപിയെ ജനാലയിലൂടെ നോക്കുന്നതിൽ നിന്നും പിടിച്ചുമാറ്റി, ജിഞ്ച പുറത്തേക്ക് നോക്കി.

'ഹാവൂ.. ഞാൻ പറഞ്ഞില്ലേ.. ആ തോണി തിരിച്ച് പോകുന്നത് കണ്ടോ... പുറമെയുള്ള ഒരാൾക്കും ഈ ദ്വീപ് അഥവാ തുരുത്ത് കാണാൻ സാധിക്കില്ല'

ജിഞ്ചയെ തള്ളിമാറ്റി ഭൂപി പുറത്തേക്ക് നോക്കി.

അതെ. ആ തോണി തുഴഞ്ഞുവന്നയാൾ ഇപ്പോൾ അപ്രത്യക്ഷമായിരിക്കുന്നു.

'ജിഞ്ചാ.. അത് നോക്കിക്കേ..'

'എന്ത്..?'

തോണിക്കാരൻ വീണ്ടും വരുന്നുണ്ടെന്ന് കരുതി ജിഞ്ച ആശ്ചര്യപ്പെട്ടു.

'നമ്മൾ ഇരുന്ന ആ പാറപ്പുറത്ത് എന്താ എഴുതിയതെന്ന് നോക്കിക്കേ.. അവിടെയിരുന്നപ്പോൾ നമ്മൾ ശ്രദ്ധിച്ചിരുന്നില്ല. വലിയ അക്ഷരത്തിൽ കല്ലുകൊണ്ട് കൊത്തിയെഴുതിയതുകൊണ്ടായിരിക്കും അത് കാണാതിരുന്നത്.'

'എനിക്ക് ഇംഗ്ലീഷ് വായിക്കാനറിയില്ല.. നീ വായിക്ക് ഭൂപീ...'

'ഐവിഎഎൻഐ! ഇവണി എന്നായിരിക്കുമോ വായിക്കേണ്ടത്? അതോ, ഇവനി എന്നാണോ? അതുമല്ല ഇവാനി, ഇവാണി ഇതിലേതെ

ങ്കിലും ആയിരിക്കുമോ...?

ശിവാനി എന്നൊക്കെ കേട്ടിട്ടുണ്ട്. ഇതെന്താണോ എന്തോ.. എന്താ യാലും ഇവാനി എന്നായിരിക്കും. അപ്പോൾ ഈ തുരുത്തിന്റെ പേരാ അവിടെയെഴുതിയിരിക്കുന്നത്... ഇവാനി... ഇവാനിത്തുരുത്ത്..' – ഭൂപി സ്വയം ഉറപ്പിച്ചു.

'അതെ, ഇവാനി ഐലന്റ്.... കൊള്ളാമല്ലോ സായിപ്പന്മാരുടെ ബം ഗ്ലാവിന്റെ ഒക്കെ പേരുപോലെ. മിക്കവാറും സായിപ്പിന്റെ ഓലപ്പുരയായി രിക്കും. ഹ ഹ'

ഭൂപി സ്വയം പിറുപിറുത്തു.

'വാ നമുക്ക് അവിടെത്തന്നെ പോയിനോക്കാം..'

പുറത്തിറങ്ങാനായി തിരിഞ്ഞുനടന്നപ്പോൾ ചുമരിലേക്ക് നോക്കിപ്പോയ ഭൂപി ഞെട്ടി.

ചുമരിൽ ഒരമ്മൂമ്മയുടെ ചിത്രം. പൊടിയൊക്കെയടിച്ച് മുഖം അത്ര വ്യക്തമല്ലായിരുന്നു.

അത് നോക്കുന്നതുകണ്ട ജിഞ്ചയുടെ മുഖത്ത് സന്തോഷം വിരിഞ്ഞു. നല്ല ഐശ്വര്യമുള്ള അമ്മൂമ്മ. ചന്ദനക്കുറിയൊക്കെയിട്ട ഒരു മുതുമുത്തശ്ശി..

'ഈ അമ്മൂമ്മയുടെ പേരായിരിക്കുമോ ഇവാനി..?'

'ഹേ.. ഇവാനിയെന്നത് ചെറിയ കുട്ടികളുടെ പേരല്ലേ..?'

'അത് ഒരുപക്ഷേ ഈ അമ്മൂമ്മയുടെ പേരക്കുട്ടിയുടെ പേരായിരിക്കും.'

'അതെ' എന്ന് പറഞ്ഞ് മൂക്കിൽ കൈവച്ച് ആ ഫോട്ടോ നോക്കി ജിഞ്ച പിറുപിറുത്തു.

'എന്താ ജിഞ്ചാ ഈ അമ്മൂമ്മയെ മുൻപരിചയം ഉണ്ടോ എന്ന് നോക്കുകയാണോ?'

'അല്ല. ഇവാനി 'ഇവാ' 'വാനി' 'നിവാ' 'ഇവന' എന്നൊക്കെ തിരിച്ചും മറിച്ചും ഇട്ട് നോക്കിയതാ. എന്നെപ്പോലെ ഇംഗ്ലീഷ് അറിയാത്തയാരോ കല്ലിൽ കൊത്തിവച്ചതായിരിക്കും. അല്ലാതെ ഈ സുന്ദരിയായ അമ്മൂമ്മയ്ക്ക് ഇങ്ങനെ ഒരു പേരിടുമോ..?' – ജിഞ്ച സംശയം പറഞ്ഞു.

'ഇവരുടെ പേര് ഇവാനിയോ ഇവനിയോ ആയിരിക്കില്ല.. വല്ല പങ്കജാക്ഷിയമ്മയോ മറ്റോ ആയിരിക്കും. അത് മതി..' – ഭൂപി തമാശയായി പറഞ്ഞു.

'അതെ.. അല്ലെങ്കിൽതന്നെ പേരിലെന്തിരിക്കുന്നു. ഈ അമ്മൂമ്മയാണ് ഈ ദ്വീപിന്റെ ഉടമ എന്ന് മനസ്സിലായല്ലോ. ജീവിച്ചിരിപ്പുണ്ടോ എന്തോ.. അല്ലേൽ പങ്കജാക്ഷിയമ്മ വരട്ടെ.'

'ശരി തുമ്മച്ചീ..'

ജിഞ്ചയ്ക്ക് മറുപടി കൊടുത്ത് ഭൂപി അവനേയുംകൂട്ടി പാറപ്പുറത്തേക്ക് വീണ്ടും നടന്നു. അപ്പോഴും ഇവാനിയമ്മൂമ്മയുടെ ഫോട്ടോയിലെ മുഖമായിരുന്നു ഇരുവരുടെയും മനസ്സിൽ. ഒപ്പം തുരുത്ത് ലക്ഷ്യമാക്കി വന്ന് മടങ്ങിപ്പോയ ആ അജ്ഞാതനെക്കുറിച്ചും ചിന്തപോയി.

•

അഞ്ച്

ഇതേസമയം ഇങ്ങ് ദൂരെ ഭൂപിയുടെ വീട്ടിൽ;

ഭൂപിയുടെ അത്ഭുതകഥ നാട്ടിൽ ആർക്കും അറിയില്ല. ഭൂപി പഠിക്കുന്ന ജാനകി മെമ്മോറിയൽ സ്ക്കൂളിലെ ടീച്ചർമാർക്കോ കുട്ടികൾക്കോ അറിയില്ല. അവരാരെയും അറിയിച്ചിരുന്നുമില്ല.

ടിക്ടോക്കും റീൽസ്‌വീഡിയോകളും ഒരുപാട് ചെയ്യുമായിരുന്നു ഭൂപി. ഒരുപാട് ആരാധകരും ഉണ്ട്. കൂടെ അഭിനയിക്കുന്ന കൂട്ടുകാരനായ ഇഷാനുപോലും ഭൂപിക്ക് കാഴ്ച പകുതിസമയവും ഉണ്ടാകില്ലെന്ന് അറിയില്ല.

അതുപോലെ ഭൂപിക്ക് അച്ഛൻ മാത്രമേ ഉള്ളൂ എന്നാണ് എല്ലാവരും കരുതിയിരിക്കുന്നത്. കാരണം രാത്രി ആരും വീട്ടിലേക്ക് വന്നിരുന്നില്ല. അതിനാൽ ഭൂപിയുടെ അച്ഛനെ രാത്രിയിൽ അമ്മയുടെ രൂപത്തിൽ ആരും കണ്ടിട്ടില്ല, ഭൂപിയുടെ കാഴ്ച നഷ്ടമാകുന്നതും.

രാവിലെ 9 മണിക്ക് അങ്ങ് തുരുത്തിൽ ഭൂപിയും ജിഞ്ചയും പരിചയപ്പെടുമ്പോൾ ഇങ്ങിവിടെ ഭൂപിയ്ക്കൊപ്പം കളിക്കാനായി വന്നിരിക്കുകയാണ് ഭൂപിയുടെ കൂട്ടുകാരൻ ഇഷാൻ.

ഇഷാൻ ഗെയ്റ്റ് കടന്ന് വരുമ്പോൾ ഭൂപിയുടെ കൂട്ടുകാരി ചക്കിപൂച്ച ഇഷാന്റെ അടുത്തേക്ക് ഓടി.

'ചക്കീ... ഭൂപി എവിടെ?'

മിണ്ടാപ്രാണിയാണെങ്കിലും ചക്കിപ്പൂച്ചയോട് അവൻ കുശലം പറഞ്ഞു.

ചക്കിയെ ചുമലിലെടുത്ത് വീട്ടിലേക്ക് നോക്കിവിളിച്ചു.

'ഭൂപീ.. വാ കളിക്കാൻ അഞ്ജുചേച്ചീടെ വീട്ടിലേയ്ക്ക് പോകാം. അവിടെ ലക്കിയും ഉണ്ട്.'

'എന്താടാ..?'

ഭൂപിയുടെ അച്ഛൻ ദിനൻ ഇഷാന്റെ വിളികേട്ട് പുറത്തേക്കിറങ്ങി.

'അവനിവിടെയില്ല' - ദിനൻ കണ്ണുരുട്ടി പറഞ്ഞു.

'എവിടെപ്പോയി അങ്കിളേ...?'

'ഞാൻ പുറത്തുപോയി രാവിലെ എത്തിയതേയുള്ളൂ. അവൻ എവിടെ പോയതാണെന്ന് അറിയില്ല. ഫൈമയുടെ വീട്ടിൽ പോയോ എന്നറിയില്ല.'

'അങ്കിളിന് നൈറ്റ്ഡ്യൂട്ടിയായിരുന്നോ..? ഇന്നലെ അച്ചാച്ഛൻ അങ്കിളിനെ അന്വേഷിച്ചിവിടെ വന്നിരുന്നു. കണ്ടില്ലെന്ന് പറഞ്ഞു.'

'എന്തൊക്കെയാ അറിയേണ്ടത് ഈ ചെറുക്കന്.. നീ പൊക്കോ.. ഭൂപിയെ ഞാൻ അങ്ങോട്ട് പറഞ്ഞ് വിടാം.'

'ഞാൻ ചക്കിയെ കൊണ്ടുപോയെന്ന് പറയണേ..'

'കൊണ്ട് പോയ്ക്കോ' – എന്ന് പറഞ്ഞ് വാതിൽ വലിച്ചടച്ച് ദിനൻ അകത്ത് കയറി.

മുറിക്കകത്ത് ചുമരിൽ ഭൂപിയുടെ ഫ്രെയിംചെയ്ത ഫോട്ടോ ഉണ്ടായിരുന്നു. അത് ദിനൻ കസേര വച്ച് കയറി ഇളക്കിയെടുത്തു. ചിലന്തിവലയുണ്ടായത് തുടച്ചുകളഞ്ഞു.

ഇതേസമയം ചക്കിയേയുംകൊണ്ട് ഇഷാൻ അഞ്ജുവിന്റെ വീട്ടിലേക്ക് തിരിച്ചുപോയിരുന്നു.

ഭൂപിയുടെ ഫോട്ടോ തിരികെ തൂക്കിയിടാനായി കസേരയിൽ കയറിയ ദിനൻ, ആരോ ഗെയ്റ്റ് തുറക്കുന്ന ശബ്ദംകേട്ട് ചാടിയിറങ്ങി.

ഭൂപിയാണെന്നാണ് അയാൾ കരുതിയത്. അല്ലെങ്കിൽ ഇഷാൻ വീണ്ടും വന്നുകാണും. വാതിൽ തുറന്ന് പുറത്തേക്ക് നോക്കിയെങ്കിലും അവിടെയെന്നും ആരെയും കണ്ടില്ല. ദിനൻ പുറത്തിറങ്ങി ചുറ്റുപാടും നോക്കി.

'ഭൂപീ..' – തന്റെ മകനാണെന്ന് കരുതി ദിനൻ ഉറക്കെ വിളിച്ചു. അവനെ കാണാതെ വീട്ടിലെ കുക്കുനായയും കുരച്ചും മോങ്ങിയും വിഷമിക്കുന്നുണ്ടായിരുന്നു.

ദിനന്റെ കൈയ്യിലുള്ള ഭൂപിയുടെ ഫോട്ടോ കണ്ടിട്ടാവണം കുക്കു കൂടുതൽ ഉച്ചത്തിൽ കുരച്ച് വാലാട്ടിക്കൊണ്ട് ഭൂപിയോടുള്ള സ്നേഹം പ്രകടമാക്കി.

ആ വീട്ടിൽ ചക്കിയും കുക്കുവും ഭൂപിയെവിടെയെന്നറിയാതെ ആശങ്കപ്പെടുന്നുണ്ടായിരുന്നു. എവിടെപോയാലും ദിനനോട് പറയാതെ പോകില്ല.

രാത്രി കാഴ്ചയില്ലാത്തതിനാൽ എവിടെ പോകാനും സാധ്യതയില്ല. ഭൂപിയുടെ അമ്മ ദിനശ്രീയാണെങ്കിൽ അവനെ ഒരു നിമിഷം പോലും മാറിനിൽക്കാറില്ല. അവർക്കവനെ അത്രയ്ക്കും ഇഷ്ടമാണ്. ഒരുപക്ഷെ, ദിനനേക്കാൾ.

ദിനൻ വീണ്ടും വീട്ടിനകത്തേയ്ക്ക് കയറി ഭൂപിയുടെ ഛായാചിത്രം വീണ്ടും തുടച്ചു.

ഭൂപിയുടെ ചിരിച്ച മുഖം കൂടുതൽ തെളിവുള്ളതായി. ഫോട്ടോയിൽ ചിരിച്ച് നിൽക്കുകയായിരുന്നു ഭൂപി. ആ ചിരി വീട്ടിൽ അലയടിക്കുന്നതുപോലെ ദിനന് തോന്നി. പക്ഷെ, തന്നെ പ്രതീക്ഷിച്ച് തന്റെയച്ഛൻ വീട്ടിൽ കാത്തുനിൽക്കുകയാണ് എന്ന് ഭൂപി അറിയുന്നുണ്ടായിരുന്നില്ല.

അവൻ ഇവാനിത്തുരുത്തിലായിരുന്നു അപ്പോഴും.

ഇതുപാലെ മകനായ ജിഞ്ചയെക്കുറിച്ച് ആകുലപ്പെടുകയായിരുന്നു മറ്റുരണ്ട് പേർ. അതെ,

ജിഞ്ചയുടെ മാതാപിതാക്കളായ മരുതാങ്കനും ചിങ്കാരമ്മയും.

തട്ടാച്ചാർ എന്ന മലയിൽ ജിഞ്ചയേയും കാത്ത് നിൽക്കുകയാണ് അവർ.

•

ആറ്

തട്ടാച്ചാർമല പോലെ വേറൊരു മലയും അതിനടുത്തെങ്ങും ഇല്ല. ആനയും സിംഹവും കടുവയുമൊക്കെയുള്ളതിനാൽ മനുഷ്യരാരും അങ്ങോട്ട് കടന്ന് വരാറില്ല. അതിനാൽ പണ്ടുള്ളതുപോലെ വനം നശിക്കാതെ അവശേഷിക്കുന്നു. അല്ലെങ്കിൽ കാടിപ്പോൾ നാടായേനെ.

തട്ടാച്ചർമലയിലെ ഏറ്റവും വലിയ മരങ്ങളിലൊന്നിലാണ് ജിഞ്ചയുടെ കൊച്ചുകുടുംബം താമസിക്കുന്നത്. മകൻ ഇന്ന് രാവിലെ യാത്രപറഞ്ഞിറങ്ങിയപ്പോൾ ഒരുപാട് വിഷമം തോന്നിയിരുന്നു. അവർക്കറിയാമായിരുന്നു തിരിച്ചുവരാത്ത യാത്രയായിരിക്കും അതെന്ന്. തിരിച്ചുവന്നാലും കാട്ടിലെ കോടതി അവന് വധശിക്ഷതന്നെ വിധിക്കും.

മകൻ എവിടെയെങ്കിലും ജീവനോടെ കഴിഞ്ഞാൽമതിയെന്നായിരുന്നു മരുതാങ്കനും ചിങ്കാരമ്മയും പ്രാർത്ഥിച്ചത്.

തട്ടാച്ചാർമലയിലെ ദുർദേവതയാണവന്റെ ശരീരത്തിൽ കയറിയിരിക്കുന്നതെന്നാണ് എല്ലാവരും വിശ്വസിച്ചിരിക്കുന്നത്.

ഉച്ചസമയം.

ജിഞ്ചയുടെ സന്യാസിമാരായ തലമുതിർന്ന ബന്ധുക്കൾ മരുതാങ്കനേയും ചിങ്കാരമ്മയേയും കാണാൻ വന്നു. അതിൽ ജ്യോതിഷിയും ഉണ്ടായിരുന്നു. അവർ ജിഞ്ചയെത്തിരക്കിയാണ് വന്നിരിക്കുന്നത്. അവർക്ക് ജിഞ്ചയെ ഇന്നുതന്നെ വേണം. ഇന്ന് അമാവാസിയായതിനാൽ ബലികഴിപ്പിച്ചാൽ തട്ടാച്ചാർമലക്ക് മോക്ഷം കിട്ടുമെന്നും ഐശ്വര്യം വരും എന്നും അവർ കണ്ടെത്തിയിരിക്കുന്നു.

തലമുതിർന്ന രണ്ട് വാനരശ്രേഷ്ഠർ മരുതാങ്കന്റെ അടുത്തെത്തി.

'നിന്റെ മകനെവിടെ? - വാനരഭാഷയിൽ ആക്രോശിച്ചു.

'അറിയില്ല.. അവനെ ഇനി നോക്കേണ്ട. ഇനി വരില്ല.. അവൻ ഇവിടം വിട്ട് പോയി.'

'ഇല്ല.. നിങ്ങൾ മകനെ ഒളിപ്പിച്ച് വച്ചിരിക്കുകയാണ്. ഏത് ഗുഹയിലാണ് ഒളിപ്പിച്ചത്.? എവിടെയായിരുന്നാലും ഞങ്ങൾ കണ്ടെത്തിയിരിക്കും.'

‘നിങ്ങൾക്ക് വിശ്വാസം വരുന്നില്ലേ. അവൻ ഇന്ന് ഈ മലവിട്ട് പോയി. തിരികെ വരില്ല.’

‘എങ്ങോട്ട്..? അവനെ ബലികഴിപ്പിച്ച് ഒഴുക്കാനായി വച്ചിരുന്ന ചങ്ങാടവും കാണാനില്ല. അവൻ നശിപ്പിച്ചതാണോ. അതോ, അവൻ അതിലാണോ രക്ഷപ്പെട്ടത്.? ഈ മലയിൽ അവൻ ജീവിച്ചിരിപ്പുണ്ടെങ്കിൽ അതിന് ഞങ്ങൾ അനുവദിക്കില്ല. അവൻ ചങ്ങാടത്തിൽ തിരിച്ചെത്തിയാൽ അതവന്റെ അവസാനത്തെ വരവായിരിക്കും. എപ്പോഴെങ്കിലും തിരിച്ചെത്തിയാൽ കെട്ടിയിട്ടേക്കണം. ഞങ്ങൾ രാവിലെ വരും.’ - കൂട്ടത്തിൽവന്നൊരു സന്ന്യാസി ആജ്ഞാപിച്ചു.

അവർ കൂട്ടത്തോടെ അവിടെനിന്നും യാത്രയായി.

ജിഞ്ചയുടെ അച്ഛനും അമ്മയും മനസ്സിൽ സന്തോഷിക്കുകയാണു ണ്ടായത്. കാരണം അവരുടെ വാക്കുകളിൽനിന്നും ഒരു കാര്യം മനസ്സി ലായി. ജിഞ്ച ചങ്ങാടത്തിൽകയറി ഈ മലയിൽനിന്നും രക്ഷപ്പെട്ടെന്ന് അവർ പറഞ്ഞിരിക്കുന്നു.

രണ്ടുപേരും കെട്ടിപ്പിടിച്ച് കരഞ്ഞു. ജിഞ്ചക്ക് ഒരാപത്തും വരുത്തരു തേയെന്ന് പ്രാർത്ഥിച്ചു. വാനരസന്യാസിക്കൂട്ടം ജിഞ്ചയെ അന്വേഷിക്കു വാൻ മറ്റുമൃഗങ്ങളോടും നിർദ്ദേശം നല്കിയാണ് അവിടംവിട്ടിരുന്നത്.

ജിഞ്ച ഒളിച്ചിരിക്കാനിടയുള്ള ഗുഹകളും മരപ്പൊത്തുകളും തിരഞ്ഞെ ങ്കിലും ജിഞ്ചയെ അവിടെയൊന്നും കണ്ടില്ല. അവർ ഒടുവിൽ ഉറപ്പിച്ചു. ജിഞ്ച ചങ്ങാടത്തിൽകയറി രക്ഷപ്പെട്ടിരിക്കുന്നു എന്ന്. ആ മലയിൽ ജിഞ്ച യുടെ കാൽസ്പർശംപതിഞ്ഞാൽ വനം നശിക്കും. പക്ഷിമൃഗാദികൾ ഇല്ലാതാകും. അവന്റെയുള്ളിൽകയറിയ ആ ദുർദേവതയെ ആവാഹിച്ച് ഒഴിപ്പിച്ചാൽ മാത്രമേ ഇതിൽനിന്നൊക്കെ രക്ഷപ്പെടുകയുള്ളൂ. ഇപ്പോൾ രക്ഷപ്പെട്ടെങ്കിലും ഇനി തിരിച്ചെത്തിയാൽ ജിഞ്ചയെ പിടിച്ചുകെട്ടി വധി ക്കുവാൻതന്നെ എല്ലാവരുംകൂടി തീരുമാനിച്ചുറപ്പിച്ചു.

ഇതേസമയം ആ മലയിലൂടെ നാട്ടിലേക്ക് രക്ഷപ്പെടാനുള്ള തയ്യാറെ ടുപ്പിലായിരുന്നു ജിഞ്ചയും ഭൂപിയും - കുറച്ചകലെയുള്ള ഇവാനിത്തു രുത്തിൽ.

●

ഏഴ്

തുരുത്തിലെ കുളത്തിലേക്ക് നോക്കിയിരിക്കുകയായിരുന്നു ഭൂപിയും ജിഞ്ചയും.

'ഭൂപീ നീ അത് ശ്രദ്ധിച്ചോ.. ആ ആമയുടെകണ്ണ്..'

'ഞാനും ശ്രദ്ധിച്ചു. ഒരു കണ്ണ് വെളുത്തിട്ടാണ് ഉള്ളത്.'

അത് കേട്ടിട്ടാവണം ആമ കുളത്തിലെ പൊത്തിലേക്ക് മറഞ്ഞു.

'ങാ ഉച്ചയായി. നിനക്ക് വിശക്കുന്നില്ലേ ജിഞ്ചാ..?'

'ഉണ്ട്. ഞാൻ ഈ തെങ്ങിലെ കരിക്ക് പറിക്കാൻ പോകുകയാ.'

എന്ന് പറഞ്ഞ് നിമിഷനേരംകൊണ്ട് തെങ്ങിൽകയറി കരിക്കുകുല അടർത്തി താഴേക്കിട്ടു.

അപ്പോൾ ആമയുടെ കണ്ണുകളിലായിരുന്നു ഭൂപിയുടെ ശ്രദ്ധ.

തെങ്ങിന്റെ മുകളിൽനിന്നും ജിഞ്ച തന്റെ തട്ടാച്ചാർമലയും ദൂരേക്ക് ഒഴുകുന്ന പുഴയും ഏറെനേരം നോക്കി. അവൻ പുഴയിലേക്ക് സൂക്ഷിച്ച് നോക്കിയപ്പോൾ അങ്ങകലെ അവ്യക്തമായി ആ കാഴ്ച വീണ്ടും കണ്ടു, നേരത്തെ തോണിയിൽ പുഴയിലൂടെ ചുറ്റിക്കറങ്ങിയ രൂപത്തെ. പക്ഷേ ഭൂപിയെ പേടിപ്പിക്കേണ്ട എന്നുകരുതി ജിഞ്ച ഒന്നും പറഞ്ഞില്ല.

ഏതായാലും ഇന്ന് വൈകുന്നേരത്തിന് മുമ്പ് ഇവിടുന്ന് പോകണം. രക്ഷപ്പെടണമെങ്കിൽ തട്ടാച്ചാർമലയിലൂടെ മാത്രമേ കയറിപ്പോകാൻ പറ്റുകയുള്ളൂ.

തന്നെ അന്വേഷിച്ച് അവിടെയുള്ളവർ നടക്കുകയാണെന്ന് ജിഞ്ചക്ക് അറിയാമായിരുന്നു.

ആ മലയിലൂടെ ഭൂപിയേയും കൊണ്ട് രക്ഷപ്പെടുന്നത് കഠിനം ആണ്. സിംഹം, കടുവ, പുലി, കരടി എന്നിവ മാത്രമല്ല രാജവെമ്പാലയൊക്കെയുണ്ട്. താൻ ഒറ്റയ്ക്കാണെങ്കിൽ മരത്തിലൂടെ ചാടിരക്ഷപ്പെടാം.

പക്ഷേ, ഭൂപി! മനുഷ്യക്കുട്ടിയാണ്. കല്ലും മുള്ളും നിറഞ്ഞ കൊടുംകാട്ടിലൂടെ രക്ഷപ്പെടുത്തിയെടുക്കുക എളുപ്പമല്ല.

എന്തായാലും രക്ഷപ്പെടുകതന്നെ.

ഭൂപിയുടെ നാടും വീടും എവിടെയാണെന്ന് പോലും ഓർമ്മയില്ല. എങ്കിലും ഈ കാട്ടിൽനിന്നും പുറത്ത് കടക്കണം.

തെങ്ങിൽനിന്നും ഊർന്നിറങ്ങിയ ജിഞ്ച അടർത്തിയിട്ട കരിക്കിൻകുല യിൽ നിന്നും രണ്ട് കരിക്ക് പൊതിച്ചുകൊടുത്തു.

'ഭൂപീ നിനക്ക് വെള്ളം പോരേ.. ദാ കുടിക്ക്.. നല്ല മധുരം ഉണ്ട്...'

ജിഞ്ചതന്നെ ഭൂപിയുടെ വായിലേക്ക് കരിക്കിൻവെള്ളം പകർന്ന് കൊ ടുത്തു.

അതിനുള്ളിലെ കാമ്പ് ജിഞ്ച മാന്തിത്തിന്നു.

'ഭൂപീ. നമുക്കിപ്പോൾതന്നെ ഇവിടെനിന്നും രക്ഷപ്പെടണം. കാരണം, ഇരുട്ടായാൽ നിനക്ക് കണ്ണ് കാണില്ലല്ലോ. അതിനുമുമ്പ് ഞങ്ങളുടെ മല കയറി അപ്പുറത്ത് എത്തണം.'

'തട്ടാച്ചാർ മലയിൽവച്ച് നിന്റെ കാഴ്ചപോയാൽ നിന്റെ കാറ്റ് തീരും. പൊടിപോലും കാണില്ല മോനേ..'

'എന്തേ..?'

'എടാ പൊട്ടാ.. സിംഹങ്ങൾക്കോ കടുവകൾക്കോ നിന്നെ കിട്ടിയാൽ പിന്നെ നിന്നെ ഓമനിച്ച് വളർത്താൻ പോകുകയല്ലേ..'

'അയ്യോ... ഞാനില്ല അതുവഴി..'

'പിന്നേത് വഴി.. പടിഞ്ഞാറോട്ട് പോയാൽ കടലായിരിക്കും. ഈ പുഴ അങ്ങോട്ടല്ലേ ഒഴുകുന്നത്. ഈവഴിപോയാൽ തിരിച്ചിങ്ങോട്ടുതന്നെ വരണം. തട്ടാച്ചാർമല കഴിഞ്ഞാണ് നിങ്ങൾ മനുഷ്യരുടെ നാട്.'

'ഉം'– ഭൂപി തലയാട്ടി.

'നിങ്ങളുടെ നാട്ടിൽനിന്നും ആരൊക്കെയോ അവിടേക്ക് വേട്ടയ്ക്ക് വന്നിട്ടുണ്ട്. പക്ഷേ, അവരാരും തിരിച്ച് പോയിട്ടില്ല. ഞങ്ങളുടെ കാവിനടുത്ത് എല്ലുകളും തലയോട്ടികളും കണ്ടിട്ടുണ്ട്. അതൊക്കെ അവരുടേത് ആയിരിക്കും. മൃഗങ്ങൾക്കുള്ള ശിക്ഷയും ആ കാവിനടുത്താണ് നടത്തുന്നത്. എന്നെയും പിടിച്ചാൽ എല്ലും കൊട്ടും ആയി മാറ്റും.'

ജിഞ്ച പറയുന്നതുകേട്ട് ഭൂപിക്ക് പേടികൂടി.

'ഞാനില്ല ജിഞ്ചാ.. നമുക്ക് ഇവിടെ ജീവിക്കാം. നാട്ടിൽ പോകണം എന്നത് ആഗ്രഹം തന്നെയാണ്. പക്ഷേ, രക്ഷപ്പെടാൻ ബുദ്ധിമുട്ടല്ലേ. ഒന്നാമത് നിന്നെ അവിടുള്ളവർ പിടിക്കാനായി നടക്കുകയാണ്.'

'ആണ്. അതല്ലേ ത്രിൽ.. നീയുണ്ടല്ലോ.. എനിക്കും ധൈര്യമാണ്. പക്ഷേ സമയം വൈകിക്കൊണ്ടിരിക്കുകയാണ്. നേരത്തെ നിന്നെ പറഞ്ഞ് പേടിപ്പിക്കേണ്ട എന്ന് കരുതിയാണ് ഒരു കാര്യം പറയാതിരുന്നത്.'

'എന്ത്..?'

'നമ്മൾ നേരത്തെ ഒരുതോണി കണ്ടില്ലേ..'

'ഉം' – ഭൂപി മൂളി.

തെങ്ങിൽകയറയിപ്പോൾ വീണ്ടും കണ്ടിരുന്നു, അങ്ങ് ദൂരെ... ആ തോണിക്കാരനോ തോണിക്കാരിയോ ഇപ്പോഴും ഈ പുഴയിൽ കറങ്ങുന്നുണ്ട്' – ജിഞ്ച ദൂരേക്ക് സൂക്ഷിച്ച് നോക്കിപ്പറഞ്ഞു.

'ഇങ്ങോട്ട് തന്നെയായിരിക്കുമോ വരുന്നത്?'

'ആയിരിക്കും... ഈ വീട്ടിൽനിന്നും പോയതായിരിക്കും. തിരിച്ചെത്താൻ പറ്റുന്നുണ്ടാവില്ല. ആർക്കും കാണാത്ത ദ്വീപാണല്ലോ. ചിലപ്പോൾ ഇവാനിയമ്മൂമ്മ ആയിരിക്കും.'

'വൈകുന്നേരം പോയതായിരിക്കും. തിരിച്ചെത്താൻ പറ്റുന്നുണ്ടാവില്ല. ആർക്കും കാണാൻ പറ്റാത്ത ദ്വീപാണല്ലോ ഇത്.'

'അയാൾ അല്ലെങ്കിൽ ആ സ്ത്രീ ആയിരിക്കും ഈ വീടിന്റെ അവകാശി. ഉറപ്പായും ഇവിടേക്ക് വൈകാതെ വരും.'

'ദൈവമേ.. ചെകുത്താനും കടലിനും ഇടയിലാണെന്ന് കേട്ടിട്ടേ ഉള്ളൂ.. നമുക്ക് രക്ഷപ്പെടാം.'

'ഭൂപിക്ക് നാടിന്റെ പേരൊക്കെ ഓർമ്മയില്ലേ.?'

'ഉണ്ടായിരുന്നു. പക്ഷേ, ഇവിടെ എത്തിയപ്പോൾ ഒന്നും ഓർമ്മ കിട്ടുന്നില്ല. ആളുകളുടെ പേരുകൾ മാത്രം മനസിൽ ഉണ്ട്. ഈ ദ്വീപ് വിട്ടാൽ ചിലപ്പോൾ ഓർത്തെടുക്കാൻ പറ്റുമായിരിക്കും.'

'വാ.. വീട്ടിൽ കയറി നോക്കാം.'

രണ്ടുപേരും ആ പനയോലമേഞ്ഞ വീട്ടിൽ കയറി.

നേരത്തെ കണ്ട അമ്മൂമ്മയുടെ ഫോട്ടോ രണ്ടുപേരും സൂക്ഷിച്ച് നോക്കി. ജീവൻ തുടിക്കുന്ന മുഖം തന്നെയാണ്.

ആ ഒറ്റമുറിവീട്ടിൽ പ്രത്യേകതയുള്ള വേറൊന്നും കണ്ടില്ല. അവിടെയാകെ ഉണ്ടായിരുന്നത് ഒരു മുറുക്കാൻചെല്ലം മാത്രം. അത് അമ്മൂമ്മയുപയോഗിച്ചതായിരിക്കും എന്ന് അവർ ഊഹിച്ചു.

'ഭൂപീ.. വൈകുന്നേരത്തിന് മുമ്പ് മലകയറി രക്ഷപ്പെടണം.'

'ജിഞ്ചാ.. എനിക്ക് പേടിയാകുന്നു. മൃഗങ്ങൾ എന്നെ കൊല്ലില്ലേ... നിനക്ക് വഴിയറിയില്ലേ...'

'ഏറെക്കുറെ...'

'അറിയില്ലെന്നാണോ..?'

'പ്രാർത്ഥിച്ചോളൂ.. ഭൂപിയുടെ ഇഷ്ടദൈവം ആരാ...?'

'പറശ്ശിനിക്കടവ് മുത്തപ്പൻ.'

'അപ്പോൾ മുത്തപ്പനെ പ്രാർത്ഥിച്ച് ഇറങ്ങാം.. വാ....'

ജിഞ്ച മലയിറങ്ങി രക്ഷപ്പെട്ടെത്തിയ ചങ്ങാടത്തിൽതന്നെ ഇരുവരും കയറി..

അവർ തട്ടാച്ചാർമല ലക്ഷ്യമാക്കി ചങ്ങാടത്തിൽ തുഴഞ്ഞു നീങ്ങി.

•

എട്ട്

ഇതേസമയം ഭൂപിയുടെ വീട്ടിലേക്ക് കുറച്ചുപേർ ഗെയ്റ്റ് കടന്നു വന്നു.

അഞ്ജു, ലക്കി, ഇഷാൻ, ഫൈമ, സിയാന എന്നിവരായിരുന്നു അവർ - ഭൂപിയുടെ കൂട്ടുകാർ.

ലക്കിയുടെ പിറന്നാളായിരുന്നു ഈ ദിവസം. രാവിലെ കേക്ക് മുറിക്കാൻ തീരുമാനിച്ചിരുന്നാണ്. അവർ ഭൂപിയെ കാണാതെ വൈകുന്നേരംവരെ കാത്ത് നിന്നു. ഭൂപിയില്ലാതെ പിറന്നാളാഘോഷം ലക്കി വേണ്ടെന്നുവച്ചതാണ്.

'അങ്കിൾ...'

ദിനൻ വിളികേൾക്കാതായപ്പോൾ സിയാന ഭൂപിയെ വിളിച്ചു.

'ഭൂപീ...'

രണ്ടുപേരും വിളി കേട്ടില്ല.

'രാവിലെ അങ്കിൾ ഉണ്ടായിരുന്നല്ലോ' - രാവിലെ വന്നപ്പോൾ ഇഷാൻ ദിനനെക്കണ്ടത് പറഞ്ഞു.

'ഭൂപിയെ അന്വേഷിക്കാൻ പോയിക്കാണും. വരട്ടെ നമുക്കിവിടെ കാത്തിരിക്കാം.' - ഫൈമ എല്ലാരോടുമായി പറഞ്ഞു.

ഇഷാന്റെ പിറന്നാൾ ആഘോഷിച്ചതും ഭൂപിയുടെ വീട്ടിലായിരുന്നു. അവർ ഓരോരുത്തരും കൂട്ടുകാരുടെ പിറന്നാൾദിവസത്തിനായി കാത്തിരിക്കും.

ഓരോരുത്തരും മുൻകൂട്ടി ഗിഫ്റ്റുകൾ വാങ്ങിവയ്ക്കും.

ഇപ്രാവശ്യം ഭൂപി ലക്കിയ്ക്കായി അവന്റെ അച്ഛനോട് പറഞ്ഞ് ഫുട്ബോൾ ആയിരുന്നു വാങ്ങിയിരുന്നത്. വീട്ടിനടുത്തുള്ള പറമ്പിലാണ് ആറുപേരും കളിക്കുന്നത്. അവരാരും മൊബൈലിൽ കളിക്കാറില്ല.

അഞ്ജുവിന്റെ അമ്മ അംഗനവാടിടീച്ചറാണ്. ശ്യാമളയെന്നാണ് അവരുടെ പേര്. ടീച്ചറാണ് പഴയകാലത്തെ കളികൾ പഠിപ്പിച്ചത്.

ഇക്കാലത്ത് കുട്ടികൾ കളിക്കാത്തതും, അറിയാത്തതുമായ ഒത്തിരിക്കളികൾ ഭൂപിയുടെ നേതൃത്വത്തിൽ ഇന്നും കളിക്കും. ഒളിച്ചുകളി, തലയിൽ തൊടീൽ, ഡപ്പകളി, ആലവട്ടംകളി, അമ്മാനക്കളി, ആട്ടംകളം, ആരുടെ കയ്യിൽ മോതിരം, ഈർക്കിൽകളി, കക്ക്, കള്ളനും പോലീസും, കണ്ണുകെട്ടിക്കളി, കാരകളി, കുടുകുടു, കുഴിതപ്പി, കുഴിപ്പന്ത്, ചകിരിയും കോലും, തൊട്ടുകളി, ഡപ്പകളി, ഈർക്കിൽകളി, തായം, പൂജ്യം ഇട്ടുകളി, മുച്ചാന്തട്ട് എന്നിവയൊക്കെ അതിൽ ചിലതാണ്.

ഭൂപിയുടെ സമ്മാനമൊഴികെ ബാക്കിയെല്ലാവരും പിറന്നാൾസമ്മാനങ്ങൾ ലക്കിക്ക് കൈമാറി.

അവർ എല്ലാവരു വരാന്തയിൽക്കയറി ഇരുന്നു. പള്ളിയിലെ ബാങ്കുവിളി കേട്ടപ്പോൾ ഫൈമയുടെ വീട്ടിൽ നിന്നും അന്വേഷണവും വന്നു.

'ഫൈമാ.. പൊരയിലേക്ക് വേം വന്നോ..' - ഉറക്കെയുള്ള ഫൈമയുടെ ഉമ്മ നുസൈബയുടെ വിളികേട്ട് എല്ലാവരും നോക്കി.

ഇത്കേട്ട് സിയാനയും മുറ്റത്തേക്കിറങ്ങി..

'ഞാനും പോണ്.. ഇപ്പോഴാണേൽ ഇവിടെവച്ച് കേക്ക് മുറിക്കാം.'- സിയാന കേക്കെടുത്ത് സിറ്റൗട്ടിലെ അരഭിത്തിയിൽ വച്ചു.

'ഭൂപി ഇല്ലാതെയോ..?' - അഞ്ജു വിഷമിച്ചു.

'ഒരു കഷ്ണം ഈ പെട്ടിയിൽ മാറ്റിവയ്ക്കാം.' – സിയാന മറുപടി നൽകി. ലക്കിക്ക് സങ്കടം ആയി. അഞ്ജുവും മറ്റുള്ളവരുംകൂടി അവനെ ആശ്വസിപ്പിച്ചു.

ഇറയത്ത് വച്ചുതന്നെ കേക്ക് മുറിച്ച് എല്ലാവരുംകൂടി ലക്കിക്ക് പിറന്നാൾ ആശംസകൾ നേർന്നു.

'ഹാപ്പി ബർത്ത്ഡേ ലക്കീ..'

'ഹാപ്പി ബർത്ത്ഡേ ടു യൂ...'

'ഹാപ്പീ ഹാപ്പീ..ഹാപ്പീ.........'

എല്ലാവരും ലക്കിക്ക് ആശംസകൾ നേർന്നെങ്കിലും ആരും ഹാപ്പി ആയിരുന്നില്ല. ഭൂപി കൂടെയില്ലാത്തതുതന്നെയായിരുന്നു അതിന് കാരണം. ഒരു കഷ്ണംകേക്ക് ഒഴികെ ബാക്കി എല്ലാവരും കൂടെയിരുന്നു കഴിച്ചു. ചക്കിപ്പൂച്ചക്കും, കുക്കുവിനും ഓരോ കഷ്ണമായി കേക്കിന്റെ പങ്ക് ലഭിച്ചു.

ആരുടെ മുഖത്തും തെളിച്ചം ഉണ്ടായിരുന്നില്ല.

ആ സന്ധ്യയിൽ അവർ അവിടെനിന്നും പിരിഞ്ഞ് അവരവരുടെ വീട്ടിലേക്ക് പോയി.

അതേസമയം അങ്ങുദൂരെ തുരുത്തിൽനിന്നും ഈ വീട് ലക്ഷ്യമാക്കി രണ്ടുപേർ ചങ്ങാടം തുഴഞ്ഞുവരുന്നുണ്ടായിരുന്നു.

ഭൂപിയും ജിഞ്ചയും..

•

ഒമ്പത്

ഭൂപിയും ജിഞ്ചയും മാറിമാറി ചങ്ങാടം തുഴഞ്ഞു.

നേരം സന്ധ്യയോടടുക്കാറായി. ആകാശം കാർമേഘത്താൽ മൂടപ്പെട്ടിരിക്കുന്നു. ഒന്നുരണ്ടുമണിക്കൂറിനുള്ളിൽ മലകയറി അപ്പുറത്തേക്കെത്തണം.

പറ്റുമോ എന്ന് അവർക്കുറപ്പുണ്ടായിരുന്നില്ല.

ഏഴുമണിയായാൽ ഭൂപിയുടെ കാഴ്ച! എന്താകുമെന്ന് അറിയാമല്ലോ.

ഇന്ന് അമാവാസിയായിരുന്നു.

'പറശ്ശിനിക്കടവ് മുത്തപ്പാ..' ജിഞ്ചയും ഭൂപിയുടെ ഇഷ്ടദൈവത്തെ വിളിച്ച് പ്രാർത്ഥിച്ചു.

താൻ രക്ഷപ്പെട്ട പാറയിടുക്കിലേക്ക് ജിഞ്ച ചങ്ങാടത്തെയടുപ്പിച്ചു. അതിനുള്ളിലേക്ക് ഭൂപിയെ കയറ്റി.

മഴയും വെയിലും ഏൽക്കാത്ത ഒരുഗുഹ തന്നെയായിരുന്നു അത്. ആ പാറയുടെ മുൻഭാഗം ഒരുതോണിയുടെ നീളത്തിൽ മുന്നോട്ട് ഉന്തി നിൽക്കുണ്ട്. ശരിക്കും ഒരുവീട്പോലെ..

സ്കൂളിൽ നിന്നും വയനാട് വിനോദയാത്രയ്ക്ക് പോയപ്പോൾ ഇതുപോലെ ഗുഹകൾ കണ്ടിരുന്നു. അവിടത്തേതിനേക്കാൾ നല്ലതണുപ്പുണ്ട്. പുഴയടുത്ത് ഉള്ളത് കൊണ്ടായിരിക്കും.

അവിടെ ഉരൽപോലെ ഒരുപാറയുണ്ടായിരുന്നു. മുനിവര്യന്മാർ തപസിരുന്ന ഗുഹ ആയിരിക്കുമോ. ഭൂപി ചിന്തിച്ചു.

'ഭൂപീ... നീയിവിടെ ഇരിക്ക്. ആരും ഇവിടേക്ക് വരില്ല..'

'നീയെവിടെ പോകുന്നു ജിഞ്ചാ.... എന്നെ ഒറ്റക്കാക്കിയിട്ട്.?'

'ഞാൻ എന്റെ അച്ഛനേം അമ്മയേം കണ്ട് വേഗം വരാം. സ്വരക്ഷക്ക് വേണ്ടി നമുക്ക് ആയുധം വീട്ടിൽ നിന്നും എടുക്കുകയും ചെയ്യാം. നല്ല കൂർത്തമൂർച്ചയുള്ള കമ്പ് അച്ഛൻ ഉണ്ടാക്കിവച്ചിട്ടുണ്ട്.' – ജിഞ്ച പറയുന്നത് ഭൂപി അനുസരിച്ചു.

'വേഗം വരണേ ജിഞ്ചാ.. എനിക്ക് പേടിയാകുന്നു.. ഇരുട്ടിത്തുടങ്ങി..'

ഭൂപിയെ ആ പാറയുടെ ചരിവിൽനിർത്തി, മരത്തിൽനിന്നും മരത്തിലൂടെ ചാടിച്ചാടി ജിഞ്ച അപ്രത്യക്ഷനായി.

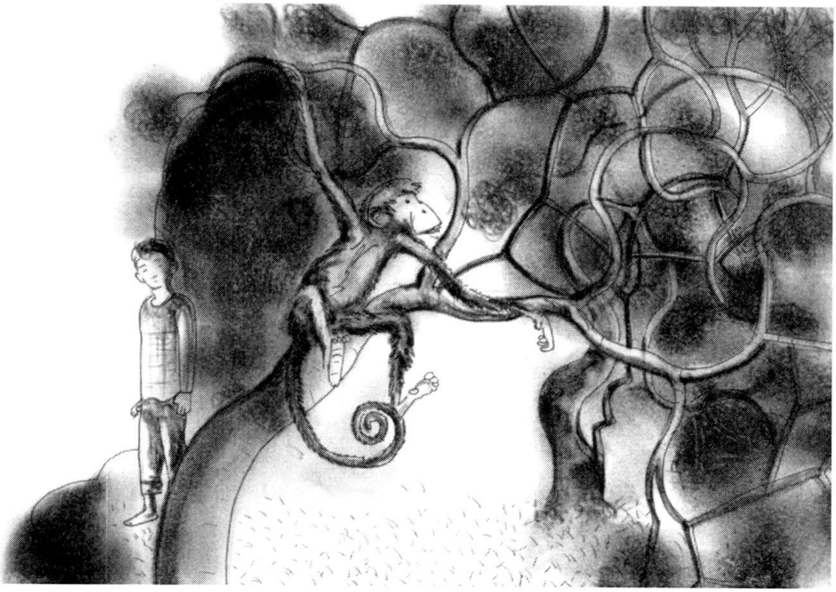

സമയം പെട്ടെന്ന് പോയിക്കൊണ്ടിരുന്നു.

ഇരുട്ടും കൂടിക്കൂടിവന്നു.

പുഴയുടെ ഓരത്തുനിന്നും തവളകൾ കരയാൻ തുടങ്ങി.

മലയുടെ പലഭാഗത്തുനിന്നും കുറുക്കന്മാർ ഓരിയിടുന്നുണ്ടായിരുന്നു.

ഭൂപിക്ക് പേടികൂടിക്കൂടിവരുന്നുണ്ടായിരുന്നു. ജിഞ്ച മടങ്ങിയും വന്നില്ല.

തങ്ങൾ വന്ന ഇവാനിത്തുരുത്തിലേക്ക് നോക്കിയപ്പോൾ ഭൂപി ഞെട്ടി..

അവിടെ ഒരു ദ്വീപ് കാണാനില്ല.

ജിഞ്ച പറഞ്ഞത് സത്യമായിരുന്നു. ഇവാനിത്തുരുത്ത് അദൃശ്യമായിരിക്കുന്നു.

ഇരുട്ട് പരന്നുതുടങ്ങിയതിനാൽ അങ്ങുദൂരെ മലകൾ മങ്ങിമാത്രം കാണുന്നുണ്ട്. ആ ഭാഗത്തേക്ക് നോക്കിയപ്പോൾ അവൻ ഭയചകിതനായി.

ഇവാനിത്തുരുത്ത് ഉണ്ടായിരുന്ന ഭാഗത്തേക്ക് ഒരു തോണി പോകുന്നു.

ഒന്നുകൂടി സൂക്ഷിച്ചുനോക്കിയപ്പോൾ അവൻ ഞെട്ടി, ആ കാഴ്ച കണ്ടിട്ടല്ല.

താൻ ഒളിച്ചിരുന്ന പാറയ്ക്ക് മുകളിൽ നിന്നും ഒരു ഗർജ്ജനം.

'ഗർർ.....'

ഭൂപിയുടെ കാലുകൾ കൂട്ടിയിടിക്കാൻ തുടങ്ങി.

സിംഹരാജൻ.! ഇവിടത്തെ രാജാവായിരിക്കാം.

തട്ടാച്ചാർമലയുടെ അധികാരി.

സിംഹത്തിന്റെ ഗർജ്ജനം കേട്ട് ഭൂപിക്ക് പേടി കൂടികൂടി വന്നു.

കുറച്ചുകഴിഞ്ഞപ്പോൾ സിംഹത്തിന്റെ മുരൾച്ച നിന്നു.

അനക്കമൊന്നും കേൾക്കാത്തപ്പോൾ സിംഹം പോയിക്കാണും എന്ന് ഉറപ്പിച്ചു.

തന്നെ ഇവിടെ ഒറ്റയ്ക്കാക്കി പോയ ജിഞ്ചയെവിടെ?

ജിഞ്ചയപ്പോൾ മാതാപിതാക്കളെക്കണ്ട് ധൃതിയിൽ പാറയിടുക്കിലേക്ക് എത്താനായി ഓടുകയായിരുന്നു.

മുളയിൽതീർത്ത ആയുധവുമായാണ് വരവ്. കൂർത്ത മൂർച്ചയുള്ള, വിഷംപുരട്ടിയ അമ്പുപോലുള്ള ഒന്നാണത്. അവന്റെ അച്ഛൻ നൽകിയ താണ്, സ്വരക്ഷയ്ക്ക്. കടുവകളൊക്കെ വന്നാൽ പ്രയോഗിക്കാൻ അത് മതി. വലിയമരത്തിലൂടെ ഓടിക്കയറി വള്ളിയിൽ ഊഞ്ഞാലാടി. പെട്ടെന്ന് ഭൂപിക്കരികിലെത്താൻ വേഗതകൂട്ടി. വരുംവഴി വനദേവതയെ പ്രാർത്ഥിക്കാൻ കാവിനുള്ളിലെ കൽവിഗ്രഹത്തിന് മുന്നിൽനിന്നും കണ്ണടച്ച് പ്രാർത്ഥിച്ചു.

'ദേവീ..എന്റെ ജീവൻ പോയാലും ഭൂപിയെ അവന്റെ വീട്ടിലെത്തിക്കാൻ സാധിക്കണേ..'

ജിഞ്ചയുടെ അകക്കണ്ണിൽ ആ വിശ്വാസം ഉണ്ടായിരുന്നു.

ദൈവത്തിന്റെ ഉറപ്പുപോലെ.

ആ ആത്മവിശ്വാസത്തിൽ അവൻ കാവിന് മുന്നിൽ നിന്നും കണ്ണ് തുറന്നു. അപ്പോഴാണ് തന്റെ ചുറ്റുമുള്ള കാൽപ്പെരുമാറ്റം കരിയിലകളുടെ ശബ്ദത്തിൽ അവന്റെ ചെവിയിലേക്ക് എത്തിയത്.

തന്റെ കുലത്തിൽപെട്ട,

തന്നെ ബലികഴിപ്പിക്കാനായി ഇറങ്ങിത്തിരിച്ച,

തന്റെ കാലന്മാർക്ക് മുന്നിൽ അവന് നിസ്സഹായനായി കീഴടങ്ങേണ്ടി വന്നു.

ഓടിരക്ഷപ്പെടാനാവാത്തവിധം ജിഞ്ച അവർക്കിടയിൽ കീഴ്പ്പെട്ടുകഴിഞ്ഞിരുന്നു.

അവരുടെ കൈയ്യിൽ അകപ്പെട്ടപ്പോഴും അവന്റെ പ്രാർത്ഥന ഒന്നു മാത്രമായിരുന്നു.

'ഭൂപിക്ക് ഒരാപത്തും വരുത്തരുതേ..'

ജിഞ്ചയെക്കാത്ത് നിന്ന ഭൂപിയ്ക്ക് സങ്കടവും കരച്ചിലും ദേഷ്യവും

അടക്കാൻ വയ്യാതായി.

ഈ കൊടുംവനത്തിൽ ജിഞ്ചക്ക് അപകടം പറ്റിയിട്ടുണ്ടെന്ന് ഭൂപിക്ക് മനസ്സിലായി.

ഇനി ഒരു വഴിയേ ഉള്ളൂ. ദ്വീപിലേക്കുതന്നെ രക്ഷപ്പെടുക. അവിടം സുരക്ഷിതമാണ്. വന്യമൃഗങ്ങളുടെ ശല്യമില്ല.

കാഴ്ചശേഷി നഷ്ടപ്പെടുംമുമ്പ് ഭൂപി ചങ്ങാടം എടുത്ത് ഇവാനിത്തുരുത്ത് ലക്ഷ്യമാക്കിത്തുഴഞ്ഞു.

തിരിഞ്ഞ് നോക്കാതെ ആഞ്ഞുതുഴഞ്ഞു, ദിശതെറ്റാതെ.

അന്ധകാരം കണ്ണിനെ കീഴ്പ്പെടുത്താൻ പോകുന്നു എന്ന് ഭൂപിക്ക് മനസ്സിലായി.

സർവ്വശക്തിയുമെടുത്ത് അവൻ ചങ്ങാടം ആഞ്ഞാഞ്ഞുതുഴഞ്ഞു.

ജിഞ്ചയപ്പോൾ വള്ളികളാൽ വരിഞ്ഞുമുറുക്കപ്പെട്ടിരിക്കുകയായിരുന്നു. എന്തോ പച്ചിലവിഷം മണപ്പിച്ചതിനാൽ അവന്റെ ബോധവും മറഞ്ഞു തുടങ്ങിയിരുന്നു.

ബോധം മറഞ്ഞുകൊണ്ടിരിക്കുമ്പോഴും ജിഞ്ച മന്ത്രിച്ചു.

'ഭൂപീ രക്ഷപ്പെട്ടോളൂ... എന്നോട് ക്ഷമിക്കൂ ഭൂപീ... നിന്നെ പറശ്ശിനിക്കടവ് മുത്തപ്പൻ രക്ഷിക്കും.. ഞാനും പ്രാർത്ഥിക്കുന്നു..'

ഈ പ്രാർത്ഥനയൊന്നും അറിയാതെ ഭൂപി ഇവാനിത്തുരുത്ത് ഉണ്ടായിരുന്നദിശ ലക്ഷ്യമാക്കി, കാഴ്ച നഷ്ടപ്പെട്ടുകൊണ്ട് തുഴയുകയായിരുന്നു.

•

പത്ത്

അദൃശ്യമായുള്ള ആ തുരുത്തിലേക്ക് കാന്തികശക്തിപോലെ ചങ്ങാടം അടുത്തു.

തുരുത്തിൽ ചങ്ങാടം എത്തിയപ്പോൾ ആ മങ്ങിയകാഴ്ച്ചകണ്ട് ഭൂപി ഞെട്ടി.

അവിടെ ഒരു തോണി കിടക്കുന്നു!

ആ പുഴയിൽ രാവിലെയും ഉച്ചയ്ക്കും അലഞ്ഞിരുന്ന അജ്ഞാത തോണി ആയിരുന്നു അത്.

അവൻ താൻ വന്ന ചങ്ങാടത്തിൽ നിന്നും തോണിയിലൂടെ കരയിലേക്ക് ഇറങ്ങി. തുരുത്തിലെ പനയോല വീടിനെ ലക്ഷ്യമാക്കി നടക്കാൻ ശ്രമിച്ചു. പെട്ടെന്ന് ഒരജ്ഞാതരൂപം പുറത്തേക്ക് വരുന്നതായി തോന്നി. നിലാവെളിച്ചം ഇല്ലാത്തതിനാൽ ഭൂപിക്ക് ഒന്നും വ്യക്തമായിരുന്നില്ല.

ഇവാനിമുത്തശ്ശിയായിരിക്കുമോ അതോ ആ മുത്തശ്ശിയുടെ ആത്മാവോ..

സമയം അപ്പോൾ ഏഴുമണിയോടടുത്തിരുന്നു. തന്റെ കാഴ്ച പൂർണ്ണമായും നഷ്ടപ്പെട്ടുതുടങ്ങുന്നത് അവന് മനസ്സിലായിത്തുടങ്ങി. ആ രൂപം കണ്ട് വിറങ്ങലിച്ച് ആ തോണിയിൽ തന്നെ നിലയുറപ്പിച്ചു.

പുറകെ ആ വീട്ടിൽ നിന്നും അദൃശ്യരൂപവും.!

ആ അജ്ഞാതരൂപം ഭൂപിക്കരികിലെത്തി തോണിയിൽ കയറി.

തോണി ആടിയുലഞ്ഞു.

'ആരാ നിങ്ങൾ?'

വിറങ്ങലിച്ചുകൊണ്ട് ഭൂപി ചോദിച്ചു.

ശബ്ദം പുറപ്പെടുവിക്കാതെ ആ രൂപം വേഗത്തിൽ തോണിയിലേക്ക് കയറി ഭൂപിയെയുംകൊണ്ട് ആഞ്ഞുതുഴഞ്ഞു.

'ആരാ.. എന്നെയെവിടേക്കാണ് കൊണ്ടുപോകുന്നത്.?'

അവന്റെ ശബ്ദം കരച്ചിലായി മാറി.

'അമ്മേ...അച്ഛാ..ദൈവമേ.. എന്നെ രക്ഷിക്കണേ..'

കരച്ചിലിന്റെ ഒച്ച കൂടിയപ്പോഴും ആ വ്യക്തി മറുപടിയൊന്നും നൽകിയിരുന്നില്ല. ഭൂപിയുടെ മനസ്സിൽ അപ്പോൾ പനയോലമേഞ്ഞ വീട്ടിനുള്ളിലെ ആ ഫോട്ടോയിലെ മുത്തശ്ശിയുടെ രൂപം മാത്രമായിരുന്നു.

ഒരുപക്ഷേ, തന്നെ കടത്തിക്കൊണ്ട് പോകുന്നതും അതേ മുത്തശ്ശിയായിരിക്കും. ആ മുത്തശ്ശിയുടെ ആത്മാവായിരിക്കും ജിഞ്ചയിൽ കയറിക്കൂടിയത്. ശബ്ദം കേട്ടിരുന്നെങ്കിൽ സ്ത്രീയാണോ പുരുഷനാണോ എന്ന് തിരിച്ചറിയുമായിരുന്നു.

ഒന്ന് ഉറപ്പാണ്.. ജിഞ്ചയ്ക്ക് പ്രേതബാധയേറ്റതാണ്.

ജിഞ്ച തിരിച്ചുവരാത്തതും അതുകൊണ്ടായിരിക്കും.

ആ ആത്മാവാണ് ഇപ്പോൾ എന്നെയുംകൊണ്ട് എങ്ങോട്ടോ യാത്രയായിരിക്കുന്നത്?

തോണിയിൽനിന്നും പുറത്തേക്ക് ചാടാൻ തോന്നിയെങ്കിലും ആ ശ്രമം ഉപേക്ഷിച്ചു. നീന്തലറിയാതെ മുങ്ങിത്താഴുന്നതോർത്തപ്പോൾ ഭൂപി കണ്ണുകാണാതെ ആ തോണിയിൽ മുറുകെപ്പിടിച്ചുകരഞ്ഞു.

അതൊന്നും ശ്രദ്ധിക്കാതെ ആ രൂപം ഭൂപിയേയുംകൊണ്ട് എങ്ങോട്ടോ തുഴയുന്നത് തുടർന്നു.

ഇതൊന്നുമറിയാതെ ജിഞ്ച തട്ടാച്ചാർമലയിൽ കൈകാൽബന്ധനസ്ഥനായി മയങ്ങിക്കിടക്കുകയായിരുന്നു.

മരണത്തെകാത്ത്....

•

പതിനൊന്ന്

തോണിയിൽ കരഞ്ഞുതളർന്നുറങ്ങിപ്പോയ ഭൂപി ഞെട്ടിയുണർന്ന് ഉറക്കെ ചോദിച്ചു.

'എന്നെയെവിടേക്കാ കൊണ്ട് പോകുന്നത്, നിങ്ങളാരാ..?'

'മോനേ.. നിനക്കെന്തുപറ്റി.. നീ എന്താ ചോദിച്ചത്...?'

ഉത്തരം ഭൂപിയുടെ വീട്ടിൽ നിന്നായിരുന്നു.!!!

ഭൂപിയുടെ പരിഭ്രമം കണ്ട് ദിനശ്രീ ആയിരുന്നു അങ്ങനെ ചോദിച്ചത്.

'അമ്മേ... ഞാനെവിടെയാ?' – കട്ടിലിൽകിടന്ന് അവൻ ചോദിച്ചു.

'നമ്മുടെ വീട്ടിൽ' – ദിനശ്രീ പറഞ്ഞു.

'അപ്പോൾ എന്നെയാരാ ഇവിടേക്ക് കൊണ്ടുവന്നത്?'

'എവിടെ നിന്ന്?' – ഭൂപിയുടെ ചോദ്യത്തിന് ഉത്തരം നൽകാതെ ദിനശ്രീ ചോദിച്ചു.

അപ്പോൾ ഞാൻ കണ്ടത് സ്വപ്നമായിരുന്നോ. ജിഞ്ചയും ഇവാനിത്തുരുത്തുമെല്ലാം!? – ഭൂപി മനസ്സിൽ പറഞ്ഞു.

'ഏഴുമണിയാകാറായി. കണ്ണുതുറന്ന് നോക്കുമ്പോൾ അറിയാം നീയെവിടെയാണെന്ന്..'

ഭൂപി പരിഭ്രാന്തിയോടെ അമ്മയുടെ കൈപിടിച്ച് അടുത്തുകിടത്തി കെട്ടിപ്പിടിച്ചു.

'അമ്മേ.. ഞാനിന്നലെ എവിടെയായിരുന്നു?'

'ഇവിടെ'

'അപ്പോൾ ഇവാനിത്തുരുത്ത് ?'

'നീ വല്ല സ്വപ്നവും കണ്ടിരിക്കും.. സമയം ഏഴുമണി ആകുന്നു. നീ പതിയെ എഴുന്നേൽക്ക്.. ഞാൻ ഇപ്പോൾ വരാം.'

ദിനശ്രീ അവന്റെ അരികിൽ നിന്നും എഴുന്നേറ്റതും, ചുമരിൽ തൂക്കിയിട്ടിരുന്ന ഫോട്ടോ ഇളകി താഴെ വീണു.

ശബ്ദം കേട്ട് ഭൂപി ചോദിച്ചു.

'എന്താ അമ്മേ.. എന്തോ താഴെ വീഴുന്ന ശബ്ദം..'

'ഇത് നിന്റെ അമ്മൂമ്മയുടെ ഫോട്ടോയാ..'

'അമ്മൂമ്മയോ... അതിന് എന്റെ ഫോട്ടോയല്ലേ അവിടെയുണ്ടായിരുന്നത്. ആരാ എന്റെ ഫോട്ടോ മാറ്റിയത്..?'

മറുപടിയൊന്നും പറയാതെ ദിനശ്രീ തറയിൽ വീണ ഫോട്ടോ വീണ്ടും ആണിയിൽ തൂക്കിയിട്ടു.

'അമ്മേ... അമ്മ പോയോ? എന്താ ഒന്നും മിണ്ടാത്തത്? അങ്ങനെ ഒരമ്മൂമ്മയുടെ ഫോട്ടോയും ഈ വീട്ടിൽ ഇതുവരെ കണ്ടില്ലല്ലോ.. ഇത്രയുംകാലം അമ്മൂമ്മയെക്കുറിച്ച് ആരും പറഞ്ഞുകേട്ടിട്ടുമില്ല. അമ്മൂമ്മയുടെ രൂപം എങ്ങനെയാ?'

'ഇപ്പോൾ ഏഴുമണി ആകുമല്ലോ.. എന്നെയല്ലേ നിനക്ക് കാണാൻ പറ്റാതുള്ളൂ. ഒരിക്കൽ സമയമാകുമ്പോൾ അതും സാധ്യമാകും.'

'എന്നാലും എനിക്കറിയണം അമ്മൂമ്മയെക്കുറിച്ച്. ഇത്രയും കാലമായിട്ടും പേരുപോലും പറഞ്ഞില്ലല്ലോ..പറ..'

'നിന്നോടെല്ലാം പറയാനുള്ള സമയമായിരിക്കുന്നു.. അമാവാസിയല്ലേ

ഇക്കഴിഞ്ഞത്.'

ഇന്നലെ ജിഞ്ച പറഞ്ഞത് ഭൂപി ഓർത്തു – അമാവാസിയാണെന്ന്.

'അതെ അമ്മേ, എനിക്കറിയാം അമാവാസിയായിരുന്നെന്ന്... അതിനെന്താ അമ്മേ...'

ദിനശ്രീ കട്ടിലിൽ ഭൂപിയുടെ അരികിലേക്കിരുന്ന് അമ്മൂമ്മയുടെ കഥ പറഞ്ഞുതുടങ്ങി.

'നിന്റെ അമ്മൂമ്മയുടെ പേര് വാണി എന്നാണ്. ഇല്ലത്തിൽ എന്നാണ് വീട്ട് പേര്. ഇല്ലത്തിൽ വാണി എന്നാണ് നാട്ടിൽ അറിയപ്പെട്ടിരുന്നത്.'

'അയ്യോ...' – ഭൂപി അറിയാതെ നിലവിളിച്ചുപോയി.

'എന്താ..?'

'ഒന്നുമില്ല.'

ഇല്ലെന്ന് പറഞ്ഞെങ്കിലും പെട്ടെന്ന് ഭൂപിയുടെ മനസിലേക്ക് ഇവാനിത്തുരുത്തും അവിടെ എഴുതുവച്ചിട്ടുള്ള ഐവിഎഎൻഐ എന്ന അക്ഷരങ്ങളും തെളിഞ്ഞുവന്നു. ഈ ഇല്ലത്തിൽ വാണി എന്നുള്ളതാണ് ഇവാനി എന്ന് താനും ജിഞ്ചയും വായിച്ചെടുത്തത്.

'മോനെന്താ ആലോചിക്കുന്നത്. വാണിയമ്മൂമ്മയെ കുറിച്ചാണോ..?'

'ഊം.'

ദിനശ്രീ പറഞ്ഞു തുടങ്ങി –

'വാണിയമ്മയുടെ കഥ നടക്കുന്നത് നീ ജനിക്കുന്നതിന് മുമ്പാണ്. വാണിയമ്മയെ ഒരു ദിവസം ഈ വീട്ടിൽനിന്നും ഒരു ദുർമന്ത്രവാദി പറക്കുംവഞ്ചിയിൽ ഒരു തുരുത്തിലേക്ക് തട്ടിക്കൊണ്ട് പോയതാണ്. പിന്നീട് ആരും അമ്മൂമ്മയെ കണ്ടിട്ടില്ല.'

അമ്മയിൽ നിന്നും ഓരോന്നു കേൾക്കുമ്പോഴും തലേന്നുള്ള സംഭവങ്ങളും ഓർത്തെടുക്കുകയായിരുന്നു ഭൂപി.

'ഇതൊക്കെ അമ്മയ്ക്കെങ്ങനെ അറിയാം?' – ഭൂപി ആശ്ചര്യത്തോടെ ചോദിച്ചു.

'ഒരു സന്യാസി പറഞ്ഞതാണ്..'

'വേറെ എന്തൊക്കെയാ പറഞ്ഞത്. അപ്പൂപ്പൻ ഇല്ലേ എനിക്ക്...?'

'പറയാം. നിന്റെ അമ്മൂമ്മയെ ആ മന്ത്രവാദി വർഷങ്ങളോളം ജലപാനം പോലും നൽകാതെ ബന്ദിയാക്കിയിട്ടിരുന്നു. ആയിരം വർഷത്തിലൊരിക്കൽ മാത്രം വരുന്ന സഹസ്രപൗർണമി നാളിൽ മന്ത്രവാദിയുടെ ദുർദേവതയ്ക്ക് ബലിയർപ്പിച്ച്, അജയ്യനായിതീരുക എന്നതായിരുന്നു ആ ദുഷ്ടന്റെ ഉദ്ദേശ്യം.'

'വാണിയമ്മൂമ്മയെ ആരും രക്ഷിക്കാൻ പോയില്ലേ?'

'അപ്പൂപ്പൻ പോയിരുന്നു. അപ്പൂപ്പനും തിരിച്ചെത്തിയില്ല.'

'അതെവിടെയാണെന്ന് അറിയുമോ അച്ഛനും അമ്മയ്ക്കും?'

'അറിയാം. പക്ഷേ, ആ മന്ത്രവാദി തന്റെ മന്ത്രശക്തിയുപയോഗിച്ച് ആ തുരുത്തിനെ മറ്റുള്ളവർക്ക് അദൃശ്യമാക്കിക്കളഞ്ഞു' - ദിനശ്രീ പറഞ്ഞു.

'അമ്മൂമ്മ ജീവിച്ചിരിപ്പുണ്ടോ?'

'ഉണ്ട്., ശാപമേറ്റ് ആ തുരുത്തിൽത്തന്നെയുണ്ട്'

'ങേ.. ! തെളിച്ച് പറ അമ്മേ..എനിക്ക് പേടിയാകുന്നു'

'ത്രിശഗന്റെ ഉപദ്രവം സഹിക്കവയ്യാതെ വാണിയമ്മ ഒരുദിവസം ത്രിശഗനെ ശപിച്ചു'

'എങ്ങനെ?..'

'തന്റെ രണ്ടാം തലമുറയിൽ ത്രിശഗന്റെ അന്തകനാകാൻ ഒരു വിചിത്രസ്വഭാവിയായ പുത്രൻ പിറക്കുമെന്നും, ആ കുട്ടിയിലൂടെ താൻ ചെയ്ത പാപകർമ്മങ്ങൾക്കുള്ള പൂർണ്ണശിക്ഷ ലഭിക്കുമെന്നും ആണത്രേ ശപിച്ചത്.'

'അത് ഞാനാണോ' - വാണിയമ്മയുടെ രണ്ടാംതലമുറയിലെ ആ കുട്ടി താനാണെന്ന് മനസിലാക്കിയ ഭൂപി ചോദിച്ചു.

'അതെ മോനേ....'

'എന്നിട്ട്..?'

'നീ ഈ ഭൂമിയിലെ എല്ലാ തിന്മകളെയും തുടച്ചുനീക്കുന്ന ഒരത്ഭുത ബാലനായിത്തീരുമെന്നും പറഞ്ഞിരുന്നു'

'അങ്ങനെ സംഭവിക്കുമോ.. ഈ എന്നെക്കൊണ്ട് അതിനൊക്കെ സാധിക്കുമോ! എന്തത്ഭുതമാണ് എന്നിൽ സംഭവിക്കുക.?'

'നിന്റെ കാഴ്ചയുടേത് സത്യമാണെങ്കിൽ, ഞങ്ങൾ അച്ഛനുമമ്മയും ഒരാളാണെന്നത് അത്ഭുതം ആണെങ്കിൽ അതും സംഭവിക്കും. ദൈവ നിശ്ചയം ആണത്.'

'അതിന് വാണിയമ്മൂമ്മയും അപ്പൂപ്പനും എവിടെ?' - ഭൂപിക്ക് ആകാംക്ഷയായി.

പതിവ്രതയായ വാണിയമ്മയുടെ ഉഗ്രശാപം ഫലിക്കുമെന്ന് മനസ്സിലാക്കിയ ത്രിശഗൻ വാണിയമ്മയെ ആമയാക്കി മാറ്റിയിരിക്കുകയാണ്.

'എന്റെ പറശ്ശിനിക്കടവ് മുത്തപ്പാ' എന്ന് ഭൂപി അറിയാതെ ഉറക്കെ വിളിച്ചുപോയി.

തന്റെയുള്ളിലെ ചോദ്യങ്ങൾക്കൊക്കെ ഉത്തരം ഏകദേശം കിട്ടിയിരിക്കുന്നു.

ജിഞ്ചയും ഞാനും ഇന്നലെ കുളത്തിൽ കണ്ട ആ ആമ വാണിയമ്മൂമ്മയാണ്.

'ആ തുരുത്തിൽ എന്നും ആ ദുർമന്ത്രവാദി ഉണ്ടാകുമോ..?'

'ഇല്ല. അമാവാസി ദിവസം കാണില്ല. അല്ലാത്ത ദിവസങ്ങളിൽ അദൃശ്യനായും ദൃശ്യനായും ആ മന്ത്രവാദി ആ തുരുത്തിലുണ്ടാകും. അവന്റെ നാശം കാണാൻ കാത്തിരിക്കുകയാണ് ആമയായി മാറിയ വാണിയമ്മൂമ്മയും. നിന്റെ വരവുംകാത്തിരിക്കുകയാണ് ത്രിശഗൻ'

ഭൂപി, അമ്മ പറയുന്നതൊക്കെ ശ്രദ്ധയോടെ കേൾക്കുമ്പോഴും തന്റെ ശരീരത്തിലുണ്ടാകുന്ന മാറ്റം അറിയുന്നുണ്ടായിരുന്നു.

ദിനശ്രീ ക്ലോക്കിൽ നോക്കി സമയം സൂചിപ്പിച്ചു.

'ഏഴാകാറായി...'

തന്റെ കാഴ്ച തിരികെ വരാറാകുന്ന സമയമടുത്തെന്ന് ഭൂപിക്ക് മനസ്സിലായി.

ദിനശ്രീ അവനോട് ചേർന്നുനിന്ന് അവന്റെ രണ്ടു കവിളുകളിലും ഉമ്മകൊടുത്തു. ദിനശ്രീയുടെ കണ്ണുകൾ നിറഞ്ഞിരുന്നു.

കാഴ്ച തിരികെ കിട്ടാറാകുമ്പോൾ ഭൂപി അനുഭവിക്കുന്ന വേദന ദിനശ്രീക്ക് കണ്ടുനിൽക്കാനാവാറില്ല.

അമ്മയുടെയും അച്ഛന്റെയും സ്നേഹവും ലാളനയും ഒന്നിച്ചനുഭവിക്കാൻ ഭൂപിക്ക് പറ്റുന്നില്ലല്ലോ എന്ന സങ്കടം ദിനശ്രീക്ക് ഉണ്ട്.

താൻ ദിനനാകാൻ പോകുന്നു എന്ന് മനസ്സിലാക്കിയ ദിനശ്രീ അവന്റെയരികിൽ നിന്നും അടുക്കളഭാഗത്തേക്ക് പോയി - സന്യാസിയിൽനിന്നും പകർന്നുകിട്ടിയ കാര്യങ്ങൾ പറഞ്ഞത് മുഴുമിക്കാതെ...

തന്റെ കാഴ്ച തിരിച്ചുകിട്ടുമ്പോഴുണ്ടാകുന്ന ഭീകരമായ അസ്വസ്ഥത ഭൂപിയിൽ അനുഭവപ്പെട്ടുതുടങ്ങി.

വേദനയ്ക്ക് ശേഷം അവന്റെ കണ്ണിൽ ആദ്യം തെളിഞ്ഞുവന്നത് തന്റെനേരെ തൂക്കിയിട്ടിരുന്ന വാണിയമ്മൂമ്മയുടെ ഫോട്ടോയായിരുന്നു. ആ കാഴ്ച ഭൂപിയെ ഭയചകിതനാക്കി.

'അമ്മേ....' എന്ന് അവൻ നിലവിളിച്ചു..

ആ ഫോട്ടോയിലെ വാണിയമ്മൂമ്മയുടെ കണ്ണുകൾ വെള്ളാരങ്കണ്ണുകളായിരുന്നു.

താനും ജിഞ്ചയും കുളത്തിൽ വച്ച് കണ്ടിരുന്ന ആമയുടെ കണ്ണും വെള്ളയായിരുന്നല്ലോ. ഇവാനിത്തുരുത്തിൽ ഉണ്ടായിരുന്ന ഈ ഫോട്ടോ മാറാലപിടിച്ചതിനാൽ വ്യക്തമായി കണ്ടിരുന്നില്ല. പക്ഷേ ഇപ്പോൾ വ്യക്തം. സന്യാസിയിലൂടെ അമ്മ അറിഞ്ഞതും തനിക്ക് പറഞ്ഞുതന്ന

തുമായ വാണിയമ്മൂമ്മയുടെ കഥ സത്യമാണ്...

അവൻ ഒരിക്കൽ കൂടി വിളിച്ചു..

'അമ്മേ.....'

നിലവിളികേട്ട് അടുക്കളയിൽനിന്നും അയാൾ വന്നു..!

ഏഴുമണി ആയപ്പോൾ രൂപമാറ്റം സംഭവിച്ച തന്റെ അച്ഛൻ..!!

ഭൂപിയുടെ അരികിലെത്തി, തലയിൽ തലോടി ദിനൻ കട്ടിലിലേക്ക് വീണ് മയങ്ങിപ്പോയി - ഇവാനിത്തുരുത്തിൽ നിന്ന് ഭൂപിയെ വീട്ടിലെത്തിച്ചതിന്റെ യാത്രാക്ഷീണത്തിൽ...

എന്നാൽ താൻ എങ്ങനെയാണ് തുരുത്തിൽ എത്തിയതെന്നോ, തിരികെ വീട്ടിൽ എത്തിച്ചത് ആരാണെന്നോ, അത് എന്തിനാണെന്നോ, ത്രിശഗന്റെ രൂപം എങ്ങനെയാണെന്നോ, അപ്പൂപ്പന് എന്ത് സംഭവിച്ചെന്നോ, ജിഞ്ചയുടെ ഇപ്പോഴത്തെ അവസ്ഥ എന്താണെന്നോ, അവന്റെ ശബ്ദം ആരുടേതാണെന്നോ ഒന്നുംതന്നെ ഭൂപിക്ക് വ്യക്തമല്ലായിരുന്നു.

അങ്ങനെ നിഗൂഢമായ പലചിന്തകൾ ഭൂപിയുടെ ഉള്ളിൽ അവശേഷിപ്പിച്ച് അവനവിടെ ഏറെനേരം കിടന്നു.

ആ മയക്കത്തിൽ അവന്റെ ശരീരത്തിൽ എന്തൊക്കെയോ മാറ്റങ്ങൾ സംഭവിച്ച് തുടങ്ങിയിരുന്നു..

അമാവാസിക്കുശേഷം തനിക്ക് ശക്തി ലഭിച്ചിരിക്കുന്നു. ആ ശക്തി ലഭിക്കാനാണോ തന്നെ തുരുത്തിലെത്തിച്ചത്.? - ഭൂപിയുടെയുള്ളിൽ ഒരായിരം ചോദ്യങ്ങൾ വരുന്നുണ്ടായിരുന്നു.

തന്നിലേക്ക് പ്രവേശിച്ച ആ അത്ഭുതശക്തിയുടെ പരകായപ്രവേശത്തിൽ, കെണിയിൽകുരുങ്ങിക്കിടക്കുന്ന ജിഞ്ചയുടെ അവ്യക്തരൂപം ഭൂപിയുടെ ഉള്ളിൽ തെളിഞ്ഞു.

സർവ്വശക്തിയുമെടുത്ത് ഭൂപി അലറി വിളിച്ചു.

'ജിഞ്ചാ......'

അതിന്റെ പ്രകമ്പനം ഏഴുമലയ്ക്കപ്പുറം പ്രതിധ്വനിച്ചുകൊണ്ടേയിരുന്നു. തട്ടാച്ചാർമലയിൽ, മുള്ളുവള്ളികൾക്കിടയിൽ മരണാസന്നനായി കുരുങ്ങിക്കിടന്ന ജിഞ്ച ആ വിളികേട്ട് ഞെട്ടിയുണർന്നു. ഒപ്പം കിളികളും, മരങ്ങളും, മലകളും, പ്രകൃതിയും, പ്രപഞ്ചവും...

അവന്റെ വരവിനായി....

(ഭൂപിയുടെ യാത്രകൾ തുടരും...)

•

ഭൂപിയുടെ കൂടുതൽ വിശേഷങ്ങൾക്കായി സന്ദർശിക്കുക.